Njia za uponyaji: Sika 60 za Uwezeshaji kiibada kwa Waathirika wa Unyanyasaji wa kijinsia

KIMBERLY R. MAYES, MSW

Njia za uponyaji: Siku 60 za Uwezeshaji kiibada kwa Waathirika wa unyanyasaji wa kijinsia

Na Kimberly Mayes

Hakinakili © 2016 na Kimberly R. Mayes

She is Me Publications, Silver Spring, Maryland

Kimberly Renay Consulting
8705B Colesville Rd, Ste B # 174
Silver Spring, MD 20910

ISBN 13: 978-0-9909055-1-6
ISBN 10: 0-9909055-1-9

Kuchapishwa katika Marekani

TOLEO LA KWANZA

WAKFU

Hii ni kujitolea na kila mwanamke ambaye alitumia usiku wake katika machozi na siku yake kimya kimya kwa sababu ya unyanyasaji wa kijinsia. Mungu wa amani na marejesho LIVE katika nafsi yako. Kwa mwanamke ambaye kamwe mawazo siku yake atakuja, mgodi alikuja, wako pia.

YALIYOMO

SHUKURANI

Napenda kumshukuru Mungu kwa upendo wake usio na masharti na nguvu ambayo amenyeshea juu yangu juu ya Njia yangu binafsi kwa uponyaji. Mimi ni fahari kwa kuwa na Wewe katika maisha yangu na itakuwa kitu bila Wewe.

Kwa mama yangu, huenda wewe kuishi katika uhuru, amani na furaha kama Mungu kusambaa katika moyo wako.

Kwa wote wa dada zangu ambao kwa sauti, alicheka, aliomba na kusikiliza siku zangu usio na usiku wa kuumiza na kuchanganyikiwa, I love you. Mungu aliweka wewe katika maisha yangu wakati mkakati wa kushinikiza yangu kwa njia ya kila wakati mbaya, na wewe alichukua juu ya uzito wangu! Asante.

Kwa Caleine Ajusma na alfajiri Swayne, asante kwa roho kujazwa yako editing, umeweka ujumbe huu siku za nyuma.

Kwa Sheri Hairston, sijawahi kukutana roho ili kimalaika katika fomu za binadamu. Asante kwa moyo mimi kuendelea kuandika mwanzoni mwa mchakato huu. Mungu alitumia wewe kufanya mimi kuona thamani ya kila neno moja kwamba itakuwa kusoma katika kurasa ujao.

Kwa Mchungaji wangu Roderick Hairston, unyenyekevu wa maneno yako ya kutia moyo na mahubiri alizungumza na msingi sana ya nani mimi ni ndani ya Kristo. Ni kwa njia ya wewe niliamini katika Mungu kwa sababu yangu.

Kwa TD Jakes, ujumbe wako Ameiteremsha kwa maisha yangu kuwa wakili juu ya kile ambacho Mungu kuaminiwa yangu kwa watu wake. Asante kwa wakfu wako kwa huduma.

Kwa mtu yeyote mimi milele ilianzisha mwenyewe kwa, inaweza kuelewa ukweli wangu na mateso kwa ajili ya maisha kama wewe kusoma hadithi yangu ya uponyaji. Namshukuru Naomi kwa kuchukua muda wa kutafsiri kitabu hiki ili wanawake ambao wanateseka unaweza kusoma kitabu hiki na kupata uhuru.

Asante Mungu kwa kujibu maombi kuwezesha kitabu hiki kutafsiriwa kwa wanawake ambao wanaumia ulimwenguni. Kuna sehemu nyingi kwenda lakini kuanza katika Afrika ni faini tu na mimi

Na Kwangu mimi, Ulijua kila wakati kwamba unaweza.Usipoteze mwelekeo. ,Kunao wanawake wanaokutegemea kuwaletea uponyaji kwa kurasa za hiki kitabu.Kenya ndio mwanzo,wapi pengine??

Ibada hili lilizaliwa kutotokana na kukosa kukata tamaa. Mimi husafiri nyumbani Miami, FL mara nyingi, na mimi daima huchukua nafasi ya kusoma Neno na kumwomba Baba yangu kwenye ufunuu wa bahari, jua linapopanda kupanda. Januari 2, 2014, nilikuwa penye ufunuu wa bahari saa 05:00, nikilia. Kilio na kumuomba Mungu kufanya maisha yangu na kusudi na maana. Kwa ufahamu wangu, kulikuwa na kitu kwamba akanileta mpaka hisia ya kukata tamaa kama hizo, nilikuwa nafurahia maisha! Katika wakati huu, kulikuwa na kama mzigo kwa kumwomba kwa jibu wazi ya hatua yake ya pili katika maisha yangu.

Mungu alinifunulia mwaka 2010 lengo langu, kutembea pamoja upande wa wanawake na safari yao kwa uhuru kutoka unyanyasaji wa kijinsia, lakini kulikuwa na kitu zaidi Alihitaji kutoka kwangu. Kama jua linapoanza kupanda, Akaniambia nianze kuandika. Mungu aliongea na mimi kwa njia ya asili mara nyingi, hivyo mimi nilianza kutazama utukufu wake kupanda mbele yangu kwa. ajili ya uongozi. Nilianza kuhisi upepo wa amani yake kama nikaona saa ufukwe, ndege walikuwa wamejipanga kando ya bahari wanashangaa juu ya utukufu wake pia! Nilitekwa muda kwa sababu Sikuamini macho yangu. Nilianza kukimbiza miguu yangu kwa njia ya mchanga na Alikuwa na mimi kwa kuangalia yote ya "seashells "juu ya pwani, kwamba ilikuwa mwanzo wa ibada hii na wakati ambao Yeye alinipa shairi "Seashells". Nilipoanza kuandika, Mungu alionyesha kwangu maumivu niliyokuwa na hisia kwa miaka mingi kama aliyenusurika kutokana na unyanyasaji wa kijinsia lazima kuandikwa. Hivyo hisia nyingi zilikuwa zinakimbia kwa mawazo yangu na mwili katika mawazo tu ya kuandika miaka 20 ya maumivu na ukuaji wa uchumi. Sikuwa na wazo kwamba wakati wa utupu bila kuleta uzuri ule katika kurasa ambazo u karibu kuzisoma.

Nilikuwa na siku mbaya wakati katika mchakato wa uandishi. Nilihisi maumivu na hata nikaona baadhi ya kweli sana hali yako kwa safari kwa unayoipitia. Wakati wa kuandika miaka ya kukua maumivu na makosa, baadhi ya hisia za majuto na hasira azilinijia nyuma, lakini Mungu Alinikumbusha neema yake, upendo, na huruma kwangu mimi na nikaanza kusoma tena pumzi nyenzo Mungu alinipa kutoa kwako wewe.

Elewa kwamba kutakuwa na baadhi ya siku nzuri na kutakuwa na baadhi ya siku mbaya kwako wewe katika hii safari ya njia za uponyaji, lakini daima kumbuka, Mungu Yupo. Maandishi yangu ni ya kipekee, lakini ni katika muundo ambao Mungu alitaka mimi kuzungumza na wewe katika, mashairi. Naamini kwa mtazamo huu wa kipekee, Mungu atakupa neema kwa kweli na ujasiri na uhuru wa hali halisi wa uongo zilizopo katika akili yako.

Kila wiki unasafari kupitia mada kwamba wengi wetu wanakabiliwa juu ya Njia yetu kwa uponyaji, ili kuhakikisha kuna uhuru na amani na ili kusonga mbele katika maisha. Unaweza pia kuwa wakati wa utulivu kufunga na kuomba kwa Mungu kuhusu mada ya kila wiki (Mathayo 17:21). Huu utakuwa ni wakati muhimu zaidi wa wiki kwa sababu utakuwa na nafasi ya kusikia kutoka kwa Mungu kuhusu jinsi anavyotaka kupona kwa nafsi yako hasa . Kuna njia kadhaa unaweza funga, maalum wakati wa kipindi (yaani 6:00-12:00), jua hadi jua chini, au chakula (yaani kifungua kinywa, chakula cha mchana, chakula cha jioni). Pia kuna njia kadhaa ambayo unaweza kufunga inayohusiana na chakula na anasa za kila siku ambayo inaweza kuwa ovyo na kusikia Mungu. Kwa mfano, kufunga kamili (yaani hakuna chakula, maji tu), Kufunga kwa Danieli, kugeuka mbali TV na kutoa juu akaunti yako ya kijamii vyombo vya habari kwa muda uliopangwa wa kufunga kwako. Unaweza kufunga jinsi roho atakavyokuongoza , lakini tafadhali kukumbuka kwamba kufunga ni kuleta uwazi na akili yako na mamlaka juu ya watu wako, kuwa maombi kuhusu kafara yako maalum kwa Mungu. Pia, kama una hali ya matibabu ambayo kuzuia kutoka kwa kufunga chakula, tafadhali kuwa katika sala kuhusu mambo ambayo ni kafara na wewe.

Mimi si kuchukua nafasi ya kwamba kila mtu ambaye atakuwa katika safari kupitia ibada hii ila kumkubali Yesu Kristo kama Bwana na Mwokozi wao. Kama bado, tafadhali kuchukua muda kusoma sala hii rahisi ya kuhakikisha kwamba wokovu wako ni salama na uponyaji wako chini ya damu ya Yesu itakuwa nguvu kupita kiasi:

"Bwana, mimi ni mwenye dhambi (Warumi 3:23) na kuuliza Wewe unisamehedhambi zangu ninapo rejea Kwako (Warumi 6:23). Baba wa Mbinguni, naamini ndani ya moyo wangu kwamba Yesu aliishi na alikufa kwa ajili ya dhambi zangu na akafufuka kutoka kwa wafu (Warumi 10: 9) ili niweze kuishi katika uhuru (Warumi 8: 1). Naomba unijaze kwa Roho Mtakatifu. Asante kwa kuja ndani ya moyo wangu ili nipate kuishi kulingana na maneno yako na katika milele na Wewe (Warumi 10:10, 13). Asante kwa mawazo yangu upya na roho Mimi ni kiumbe kipya katika Wewe (2 Wakorintho 5:17). Kaa ndani yangu na kunipa hekima ya kuishi vyema na maisha ya mafanikio mpaka niitwe nyumbani kuwa nawe. Katika jina la Yesu, Amina! "

Uko kwenye Njia za Uponyaji dada yangu. Njia ambayo itakuwa barabara vilima na kuonekana kana kwamba hautakuwa na mwisho. Wakati utakapofikia wa kuchukua hatua ya marudio yenu, utajiskia kuwa mzima na huru. Mungu tayari ameanza kazi mpya ndani yenu, kama hudhani hivyo, basi tafakari siku ulionunua ibada hii. Yeye tayari ameianza kazi kwa sababu una ujasiri wa bomba katika mahali pa uponyaji. Kama waathirika, hatua ya kwanza ya uponyaji ni ngumu kwa sababu hatujui nini itakuwa kuangalia kama kuwa huru na wazi, lakini alichukua hatua ya kwanza. Ulichukua hatua ya kwanza kwa matumaini kwamba utakuwa na nishati na upya. Mimi ni fahari yako

Unapopitia ibada hii, tafadhali ni vyema kumwambia mtu unayemwamini kuhusu uchaguzi wako na kwenda katika uhuru, mbali usitembee peke yako! Pia, kupata kushikamana na mtu katika huduma yako wafugaji huduma katika kanisa lako na / au mtaalamu anayeaminika katika jamii yako. Ombi langu kwako katika safari kupitia Njia za uponyaji, Mungu atatumia ibada hii kwa kukuleta karibu naye kwake kuliko mbeleni. Furahia uponyaji!

HOFU

KUSIKIA ME

Bwana, sikia kilio changu.
Tafadhali, tafadhali, Bwana.
Tafadhali, Bwana.

Nina hofu na mimi kamwe sikudhani itakuwa njia hii,
Mimi nina kuangalia mbele kwa siku
Kwamba uniweke huru, kutoka taabu hii.

Tafadhali, tafadhali Bwana.
Tafadhali, fanya hivyo kwa ajili yangu.

Niweke mimi
Nipe uhuru
Hoja yangu.
Niweke mimi
Nipe uhuru
Hoja yangu.

Tafadhali, tafadhali Bwana.
Tafadhali, Bwana, tafadhali.

Wewe waniomba kutokana na hofu.
Roho yako haiko pamoja nami .... Imepotea katika jana.
Huwezi jua kwamba Mwanangu alikufa kwa ajili yenu, ili mpate kuishi
Hata kwa unyonge wako.

Mpenzi inua macho yako kwangu
Mimi niliwapeni ushindi.
Unaweza kuelewa maovu ya dunia hii,
Lakini mimi changamoto ya kutoa Me mkono wako.

Kwa
Kuwalinda.
Kwa kuwapa uhuru
Hoja yenu.

Mimi ni kimbilio lako.
Mimi ni amani yako.
Mimi Ni muhimu yako kwa uhuru.
Mimi Ni mvuto kwamba unaendelea kuwa msingi wakati unataka kuanguka,
Hata hivyo tabasamu na kaa umesimama.

Niamini.
Niamini.
Nitafute

Mimi Ni uhuru wako.
Basi, usiwepo hofu katika moyo wako,
Kwa maana mimi tayari nimekupa uhuru, mpendwa wangu.

Kitabu

2 Wakorintho 3:17 (NIV)

"Basi ndiye Roho, na mahali alipo Roho wa Bwana, hapo ndipo penye uhuru."

Tafakari

Kama wanawake ambao ni washindi wa unyanyasaji wa kijinsia, sisi huwa tunachukua roho ya woga kwa sababu matatizo yetu na maumivu ni halisi sana kwetu. Tunaogopa na kujipata tumepotea katika maumivu kwamba ni jambo la kawaida na mara kwa mara kwamba sisi husahau sisi ni nani na AMBAO sisi ni. Mungu hakukusudia unyanyasaji wa kijinsia kuwa silaha dhidi yetu, lakini adui anajaribu kuitumia kama hivo. Unapoendelea na safari yako kwa uhuru na uponyaji, kumbuka, Mungu anataka uweke macho yako juu yake unapotembea kila siku katika maisha haya. Wewe ni zaidi ya mshindi na utaishi katika uhuru!

Maombi

Mungu, tunapoomba kwako Wewe, tusaidie kutuliza roho zetu na kujua kwamba bila kujali ukubwa wa shimo katika mioyo yetu au ukubwa wa hofu sisi tunaona, Wewe ni daima uko. Tusaidie kukumbuka ulijitoa sadaka kwa ajili yetu na kutusaidia kuhisi upendo wa Kristo. Mimi nawasihi Damu ya Yesu iwe juu ya Binti yako na kuja dhidi ya roho wa woga na wasiwasi, kwani pamoja Nawe, twaweza ujasiri kutembea katika uhuru kwamba Wewe imara kwa ajili yetu muda mrefu uliopita. Asante, kwa jina la Mwana wako tunaomba.

Amina!

ENDELEA KUTEMBEA

Muda Waonyesha fujo yangu na dosari yangu,
Lakini Wewe ni Mwalimu na Mkombozi wa wote.

Mimi Nachagua kutii na kuishi katika Wewe,
Kuliwa na kubadilishwa,
Kwa miujiza ya maajabu Wewe hufanya.

Wakati mwingine nadhani kwa mwenyewe,
Nani, nini na wapi Unaweza kwenda?
Lakini katika sala zangu bidii,
Mimi daima nakumbushwa.

Hata niwe na jambo gani la kuniumiza,
Unasema, "Njooni kwangu."

Bila kujali jinsi mbaya yangu ya zamani inavyoonekana,
Unasema, "Njooni kwangu."

Hakuna jambo jinsi dim inaonekana yangu ya baadaye,Hata kama baadaye
yangu yaonekana kudidimia
Unasema, "Njooni kwangu."

Waona, unaonyesha wote wa kweli nzuri,
Maana ya upendo bila masharti.
Sijui nini inaonekana upande ule mwingine,
Lakini najua kwamba Wewe siku zote upo pamoja nami.

Kitabu

Zaburi 145: 18 (NIV)

"Bwana yu karibu na wote wanaomuomba, kwa wote wanaomuomba yeye katika ukweli."

Tafakari

Machafuko. Kutokuwa na uhakika. Hukumu. Hofu. Na hivyo zaidi kinachotokea wakati sisi huanza kutembea kuelekea uponyaji. Inaweza kuwa inatisha! Nani anataka kusikia kuhusu siri za giza za unyanyasaji wa kijinsia? Najua mtu mmoja ambaye anaweza, Yesu. Kuna faraja kwa kujua kwamba chanzo cha furaha yetu kubwa amesimama katika mstari wa kumaliza, akitushangilia juu ya kukimbia kuelekea kwake. Usiangalie kushoto, wala kulia, weka mbio kuelekea kwake! Wakati siku za nyuma yako huanza kukujia, mlilie Mungu ajue kwamba unahitaji msaada. Naye atawapa upepo unaohitaji kukushinikiza katika mstari wa kumalizia!

Maombi

Baba, wakati mwingine siku huwa nzito. Na nafikiri kuhusu aibu ambazo nimeweza kupitia, na inashindikana kubeba. Ahsante kwa neema yako uponyaji na kwa maneno yako kwamba Unashughulikia wote walioadhiriwa. Nionyeshe jinsi ya hoja ya miguu yangu kwani wakati mwingine hutetemeka kwa hofu ninapotembea kuelekea Kwako. Kuwaganga wangu wa zamani kwani Shetani anajaribu kuitumia kama njia ya kunizuia mimi kuelekea Kwako Wewe. Fungua amani yangu na hatima katika Wewe. Nakupenda na ni na imani Kwako na nafsi yangu yote , katika jina la Yesu.

Amina!

SIKUJUA

Na kuangalia Wewe,
Kwa ajili ya uponyaji na nguvu.
Na kuangalia Wewe,
Kuchukua taabu zangu.
Na kuangalia Wewe,
Kufanya mimi mzima tena.
Na kuangalia Wewe,
Kunipa uhuru kutoka wangu wa zamani.
Na kuangalia Wewe,
Kufanya adhabu ya moyo iishe.
Na kuangalia Wewe,
Kufanya siku zangu kun'gaa.
Na kuangalia Wewe,
Kunipa maisha mapya.
Na kuangalia Wewe,
Kwa baraka yangu ijayo.

>   Wakati wote
>   Ninasahau
>   Kwamba nimeokokewa.

Mimi ni binti yako, Roho Mtakatifu anaishi ndani yangu.
Kwamba Roho huo hunipa mamlaka
Kudai kwamba mimi kuwa
Kupona na kuimarishwa.
Bure kutokana na maumivu
Zima kwa jina la Kristo.
Bure kutoka wangu wa zamani
Pamoja hakuna mtu wa kuniadhibu mimi.
Wanaoishi siku zinazon'gaa
Upya katika mawazo yangu
Kupokea baraka yangu ijayo.
Sikujua
Wewe uliniamini sana.
Roho Mtakatifu anaishi ndani yangu
Mimi nachagua kuwa huru.
Huru kutokana na mbinu za adui.

Kitabu

Warumi 8:11 (NLT)

"Roho wa Mungu aliyemfufua Yesu kutoka kwa wafu anaishi ndani yenu. Na kama Mungu alimfufua Kristo kutoka wafu, naye atawapa uzima miili yenu ambayo hufa, kwa roho ile ile wanaoishi kati yenu."

Tafakari

Ni mara ngapi umechagua kuishi kwa hofu na kumsihi Mungu kufanya maisha yako sawa? Ni mara ngapi wewe ulisema, "Kama Wewe tu, (kujaza tupu), nitakuwa sawa!"? Kama wafuasi wa Kristo, sisi kama waathirika huwa na kusahau nguvu kwamba anaishi ndani yetu. Uwezo wa Roho Mtakatifu, ambaye anataka kuishi katika kilele chake cha juu ndani yetu, ni kusubiri kuishi kupitia wewe. Roho Mtakatifu huwapa (Matendo 1: 8), Anaongoza (Matendo 8:29), inatetea (Isaya 59:19), faraja (Matendo 9:31), Anatoa Freedom (Warumi 8: 2), Viongozi (Ezekiel 36:27), Anatoa Furaha (1 Wathesalonike 1:6), upendo (Warumi 5:5), Washauri (Yohana 14:16), imebadilisha (Tito 3: 5), Anatoa Nguvu (Zaburi 51:12) na anafanya hivyo zaidi ! Kamwe kusahau nguvu ya Roho Mtakatifu anayeishi ndani yako. Kuamsha uwezo wake kupitia sala na ibada!

Maombi

Baba, katika jina la Yesu, nisamehe kwa unaoelekea utukufu Wako wa Roho Mtakatifu kwamba anaishi ndani yangu kama muumini imara katika Neno lako. Nisaidie kugundua Roho wako zaidi ninapotembea pamoja Njia hii ya uponyaji. Asante kwa kunichagua mimi niishi maisha ya nguvu na nguvu kupitia Roho Mtakatifu. Nakupenda na Asante kwa baraka yangu kwa nguvu kuwa mshindi na kustawi katika Ufalme Wako. Katika jina la Yesu.

Amina!

HUENDA

Nakuona
Umejikunja katika kona
Ukisubiri kunila mimi
Kama chui
Tayari kuwinda mawindo yake.

Mimi nialiapa kamwe kutoona mtu mwingine kama wewe
Kuweka mbali njia
Milele na siku.

Kamwe kurukiwa juu ya tena.

Mimi naona wengi kama wewe
Wakati ninapopita jiji la
Wanaume, wamekaa na kusubiri
Kula mawindo yao ijayo.
Tu wanatafuta kibao yao ijayo
Ya kemikali amabayo inawachukua kwa ulimwengu mwingine.

Wewe kwa upande mwingine
Ulinitesa vile vile
Hungeweza kuishi bila mimi.

Mungu wangu!
Nilinde kutokana na wanaonivizia
Na nyara ya wanaume sawa.

Kitabu

Zaburi 91: 4 (NLT)

"Atakufunika na manyoya yake. Utapata kimbilio kwa mbawa zake. Ahadi zake waaminifu ni silaha yako na ulinzi."

Tafakari

Hofu hutujaa kila siku, na kutushika sisi katika utumwa na mbali na mambo furaha na mantiki. Kulikuwa na mara nyingi kwamba niliona madawa ya kulevya nikitembea mitaa na mimi napata kuchukizwa na kwa hofu ya wangefanya nini kwangu. Mnyanyasaji yangu alikuwa muadhiriwa wa madawa ya kulevya, hivyo yakati zinazofanana zilinitia wasi wasi. Hii haikuwa hofu maana. Nilijaribu kuhakikisha nilikuwa macho lakini mara nyingi nilijipata nimekwamilia katika hofu, kiasi kwamba tabia yangu iliyopita na mimi itakuwa na hasira sana katika mawazo yangu. Hofu hii ilidhibitiwa nami katika njia ambapo sikuweza kazi. Kuruhusu mbele ya mtu mwingine kuniweka hofu ni yale tu adui alitaka. Mungu ni Mganga na Yeye ni akili Mdhibiti. Unapofikiri kuhusu watu na mambo ambayo hukusababisha wewe kukaa katika hofu, andika majina yao chini na kuwaleta mbele za Mungu Unapo omba.

Maombi

Bwana, ndugu yangu anakuhitaji. Anahitaji urejeshe furaha yake na kuondoa hofu yake. Mungu, orodha ya hofu ambayo ameleta mbele yako Wewe ni halisi kwake na mimi nakuuliza kwamba umtie huru kutoka na hofu hizi hivyo yeye si tena mtumwa wa kukumbuka unyanyasaji wake kila upande yeye hufanya. Mimi nakuheshimu Wewe kwa uponyaji wako na kwa amani yako kwamba Wewe ni utatoa dada yangu. Hivi sasa katika jina la Yesu tafadhali chukua nafasi hofu yake kwa furaha, amani, upendo na ua wa ulinzi ajisikie salama na huru katika Wewe. Nakupenda na natumaini dada yangu sasa ana amani. Katika jina la Yesu.

Amina!

MSICHANA MPUMBUVU

Moyo wakimbia
Tumbo ukelele.
Siwezi kuamini natetemeka
Chini ya magoti yangu katika uchungu namna hiyo.
Maumivu ya kichwa na maumivu
Uso wangu, umejikunja katika jeuri
Tu kufikiri kuhusu mvua inavyonyesha
Juu ya maisha yangu.
Nalia, naomba msaada
"Bwana, tafadhali nipe........"
Siwezi hata kuomba.
Natoa wito mpenzi wangu na kusema
"Mimi wanahitaji msaada wako, mimi nashindwa kufikiri."
                                    "Nini mbaya? Ni kila kitu ok? "
"Hapana, mimi haja wewe kuomba."
Tunaomba na Najisikia kuhama.
                    "Ni adui na amekufanya kujisikia kama hivi."
Nasikia Mungu kuongea.

Sijali ni nini
Jua kwamba mimi ni Mungu wa amani.
Fedha, chakula, gari, kazi, nguo
Hata kidogo yale milele kiasi kwa
Mitaa dhahabu lami katika nyumba yangu.
Hivyo maumivu, wasiwasi na hofu, unaweza kuona
Si kuongeza siku moja katika maisha yako
Hivyo basi niache niwe mmoja ambaye anaondoa milima yako.
Shetani akijaribu hila wewe
Daima kumbuka,
Naye atawapa ugomvi
Hiyo ni kazi yake unaweza kuona.
Kumbuka, Mwanangu alikufa
Hivyo unaweza
Uwe na uzima tele.
Hivyo kusimama mrefu
Na basi nataka kusikia wewe ukiongea.
Nataka kusikia binti yako sauti
Inaonekana hivyo tamu.
Nini moyo wako unakimbia?
Geuka unitazame

1 Petro 5: 7 (NLT)

"Tupeni wasiwasi wako na hofu kwa Mungu, kwa maana yeye anakujali."

Tafakari

Fedha, chakula na gesi. Yale yalikuwa mambo 3 ambayo Shetani alicheza nayo katika maisha yangu. Nilipatwa na hofu ya kuangalia akaunti ya benki yangu siku kadhaa. Niliweka rundo juu ya chakula, nilipatwa na wasiwasi kila kama kwamba nitaja pata vya kutosha. Kwa nini hii ilikuwa hali hii katika maisha yangu? Siku niliyoiandika ibada hii ilikuwa siku baada ya tukio ambapo mimi nilikuwa hofu nje ya akili yangu kuhusu kuwa na uwezo wa kuishi mpaka malipo yangu ijayo. Lakini Alinikumbusha, utegemezi wangu wa kuishi ni juu ya mambo 3 kubwa muhimu katika maisha ya mtu, fedha, chakula na gesi kwa gari yako, si Mimi. Shetani alijua kwamba utegemezi wangu ulikuwa katika yale "mambo" badala ya Muumba wa vitu YOTE! Mpumbavu mimi huh? Hii ni hali halisi na "halali " kwa sababu maisha inaweza kuwa mbaya bila wao, lakini kitu pekee Najua kwamba ni zaidi mabadiliko ya fedha, chakula na gesi maisha ni Mungu Baba. Maeneo yale ambayo Shetani huletwa katika maisha yako ambayo yamekuwa wewe na kusababisha kuishi kwa hofu? Kuandika yao chini kama sisi kwenda mbele ya Baba yetu.

Maombi

Mungu Ulisema katika Neno lako kwamba Wewe utawajazeni yote ya mahitaji yetu na mimi nauliza Wewe kwa mvua chini amani, uwazi na ukombozi wa utegemezi wa mambo ya asili na watu juu ya dada yangu hivi sasa. Shetani aliofanyika mateka yake kwa muda wa kutosha na sisi ni kuuliza kwa ajili ya faraja yako kuchukua nafasi kwamba mahali pa hofu na kukabiliana na msukosuko wako wa ulinzi kulinda moyo wa dada yangu na akili. Yeye anakupenda Wewe wapenzi na mimi kuuliza kwamba Wewe kujaza kila haja katika maisha yake ili yeye kamwe hatajipata katika hofu kwa Shetani milele tena! Katika jina la Yesu.

Amina!

SHUGHULI YA HOFU

Eneo la namba moja la mapambano kwa sisi kama waathirika ni hofu. Adui huamua kutumia mbinu hii halisi sana na kutisha kwa kushika sisi kutufunga na uoga wa kusonga mbele katika uhuru na utukufu wa Mungu. Nakumbuka usiku ambazo nilikuwa na hofu ya karibu na macho yangu kwa sababu nilihisi kana kwamba nitakuwa nimepumua ukweli wangu kama mimi walijaribu kupumzika. Kama aliyenusurika, hofu ya jambo mundane unaweza kutudhoofisha sisi uwezekano wa kuishi maisha mtawa au tu katika vivuli vya watu wengine. Sisemi lingine tena!

Katika Zaburi 118: 6 (ESV) Daudi inasema wazi, "Bwana yuko upande wangu; Sitaogopa. Maana mtu atanifanya nini? "Nini mtu nini ili wewe sasa kwa kuwa Bwana Mungu wako amesimama upande wako? Kama una alisafiri hadi sura hii, kutafuta amani kwa kujua kwamba hakuna kitu na hakuna mtu anayeweza kuondoa ngao ya ulinzi iliyo juu yenu.

SHUGHULI YA HOFU

Kama waathirika sisi huwa na kuwa na mawazo ya fahari na yasiodhaminika, kwamba ni vyema, lakini kutufanya wazoefu wasiwasi kupita kiasi na hofu. Kwa kutambua asili ya kweli ya hali inaweza kuondoa mawazo inatia mashaka ya uzoefu.

Kwa mfano, mimi nilianza kujisikia kama sina uhakika karibu na wanaume kwa sababu mnyanyasaji wangu alikuwa kiume. Wakati watu walikuwa mbele yangu, nilianza kufikiria yote ya uwezekano hasi ambayo inaweza kutokea bila kweli inakabiliwa kukutana yoyote hasi kwa kuwa mtu fulani.

Njia kwa moja ili kukabiliana na mawazo hayo mabaya na wasiwasi ni kuangalia pande zote za mazingira. Chini ni tukio moja na matokeo mawili inawezekana, moja chanya na hasi moja, ambayo inaweza kutokea wakati hofu inaleta hisia hisia:

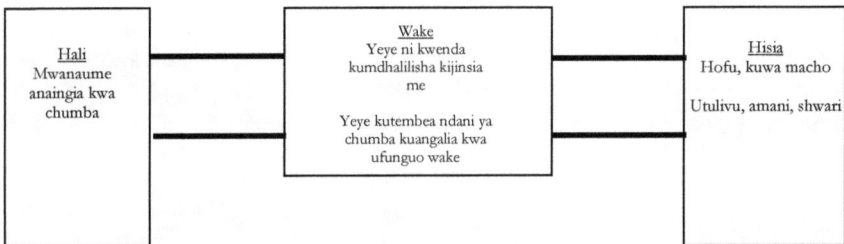

Hali Mwanaume anaingia kwa chumba	Wake Yeye ni kwenda kumdhalilisha kijinsia me Yeye kutembea ndani ya chumba kuangalia kwa ufunguo wake	Hisia Hofu, kuwa macho Utulivu, amani, shwari

1. Kuwa na kiwewe zamani husababisha kumbukumbu zetu kushirikisha mapambano yetu au kukimbia akili mara nyingi zaidi kuliko kawaida kama njia ya kuzuia madhara zaidi. Kwa hiyo, kutambua mawazo maalum vinavyosababisha vita yako au kukimbia akili ili kuingia na kufikiria zaidi.
2. Kuwa wakweli katika uchunguzi wako wa mawazo. Kwa sababu hofu ni msingi juu ya uwezekano wa hali ya hatari au madhara kutokea, ni salama kusema mawazo na hisia zetu wanaweza kuwa uongo mara kwa mara.
3. Kuchambua kabisa kwa nini na jinsi wewe utakabiliana na hali maalumu na jiulize, "Je, mawazo yangu na hisia kuhusu hali hii hasa halali?"

WAKATI NA MUNGU

Uwezo wako wa kutambua hofu umekuwa ukisi baada ya muda, ni tu moshi na vioo, itawawezesha waandishi wa habari katika ngazi nyingine ya uponyaji. Sasa kwamba wamechukua muda wa kuchambua mawazo na hisia yako, muda wake wa kuomba na kufunga kwa Mungu kwa ajili ya uongozi (tafadhali soma ukurasa ii kwa kufunga mwongozo). Kuchukua muda leo kwa jarida Asili ya mawazo na hisia zako na kuwaleta mbele za Mungu.

Katika muda wako binafsi na Mungu:

1. Soma Kumbukumbu la Torati 31: 6 kukupa amani na uelewa ni haki yako si kuwa waoga.
2. Anza kuomba na kumuuliza Mungu kwa yatangaza maeneo ambayo wewe ni hofu na inaweza hawajawahi ona. Kuomba kwa ajili ya utambuzi ili kusikia maelekezo yake juu ya punde kwa njia ya wakati wa hofu hivyo una uwezo wa amani kusonga mbele katika neema na kujiamini.
3. Kufunga na kutafakari muda wako ulitumia na Mungu leo.

NGUVU

CHUNGUZO

Nakupenda,
Wewe ni kama malkia,
Daima kuwa na bidii katika upendo na neema.
Watu wengi wanafikiri kuwa uliumbwa
Kwa kifupi kuwa kitazamio
Na hakuna mwelekeo
Kwa kuzungushwa katika mikono
Ya muadilifu kuliko mchezaji.
Lakini muadilifu kuliko ndiye
Kucheza mpinzani wake mkubwa, Shetani.
Yeye anakusogesha mbele,

                    Shetani anakusongesha sio.

Mchezo huu wa maisha
Shaka kuwa mechi hiyo.
Mchezo umedhibitishwa
Kidogo Shetani angelijua
Kuwa wewe ndo mwenye nguvu zaidi
Kipande kwenye bodi.
Anakusongesha mbele,

                    Shetani anakuvuta nyuma,

Na kuanguka.
Mungu anaona maumivu yako
Mpango wake ni kuokoa wewe
Shetani Lazima auawe.
Anakuchanganya,

                    Mdanganyifu anakusongesha kushoto.

Mimi namtegemea Yeye
Nami nitaifanya kuwa
Mimi naona mwisho mbele.
wakati tu nilifikiri kutumia nguvu zangu
Yeye akaniyanyua juu
Na kuniweka chini.
"Chunguza!" anamkemea mpinzani wake mnyenyekevu,
"Mtoto wangu wa kike ni mshindi wa taji."

Luka 10:18 (NLT)

"Ndiyo" aliwaambia, "Nilimwona Shetani jinsi alivyokuwa anaanguka kutoka mbinguni kama umeme."

Tafakari

Shetani hakupendi wewe. Kwa kweli napenda kwenda mbali kwa kusema yeye anakuchukia wewe. Una upinzani wake mkuu, Mungu, kukuongoza kwa kila hoja ya kufanya katika maisha. Shetani ni mjanja, anajua kwamba Mungu anakuongoza wewe, hana nafasi ya kushinda. Wewe ni mwenye nguvu dadangu! Wewe uliumbwa kama kipande kikubwa cha risasi kwamba Mungu anayo katika timu yake. Kumbuka thamani yako. Kumbuka mchezo tayari umeanza, Shetani tayari ameshindwa! Hakuna kitu kwamba mtu yeyote amefanya kwako wewe au kitu chochote umefanya mwenyewe itabadilika thamani yako. Wewe ni wa nguvu kwa asili, lakini utakuwa tu kuwa na manufaa katika uwezo wako kama wewe utamwachia Mungu hoja yako. Hebu mwache akutumie wewe!

Maombi

Mungu, Binti yako ni nafsi ya nguvu imeundwea Zaidi kwa utukufu wako. Yeye amesimama peke yake na ameshuka mara nyingi kwa mikono ya mwingine na anaweza kuwa alifanya hatua vibaya katika maisha yake. Ameona mwenyewe upande wa kupoteza, lakini Mungu! Wewe ni nguvu na neema na kwamba wewe unaweza amri madai ya bodi na kuchukua juu. Bwana, twatoa kwako haki zote za maisha 'yetu' na kuuliza kama Unaweza kurejesha roho ya dada zangu 'kwa nafasi yake halali, kwa nguvu kubwa ambayo amekuwa anaporejea kwa bidii. Fanya Upya akili yake na mtazamo wake kwako Bwana. Tafadhali, mfanye kufungua moyo wake aukabidhi Wewe kufanya yote ya hatua kwa maisha yake. Sisi tuna upendo Kwako na Asante mapema kwa ajili ya ushindi kwa kuwa tunajua tayari tumeshinda. Katika jina la Yesu.

Amina!

KUTA ZA MAWE

Kuta, kuta, kuta,
Zote hatimaye huja kubomoka chini.
Kuta, kuta, kuta,
Zimejengwa kwa pande zote za mji huo.

Katika yadi nzuri
Na ndio mbaya sana.
Nataka zote zije chini
Hivyo siwezi kuona moja kwa moja kupitia.
Nyumbani kwako
Ambapo wingu kijivu bado.
Siku moja nitakuja kugonga
Hivyo siwezi kukuambia mambo yamebadilika.
Mimi nina mwanamke kwa lengo
Na uzuri sana.
Pengine walidhani
Nilikuwa mdogo sana kukumbuka.
Lakini tusije kusahau
Nilikuwa na umri wa miaka 5 zabuni
Na hai sana
Kwa mambo yote alifanya kwangu.

Kuta, kuta, kuta,
Mimi niliwaambia zitabidi kuja chini.
Sisi ni twaanza kwa moja
Aitwaye ukweli.
Mara nyingi ni uchungu kwangu kusema
Lakini kwa kuwa mimi niko hapa
Nitakuambia wewe

Uliniudhi mimi.

Kuta, kuta, kuta,
Hofu tu kaenda mbio nje ya mlango.
Kuta zote za nyumba hii zikuanguka.
Hakuna zaidi itakuwa Mimi kusimama kwa kinywa changu pana imefungwa
Milele, hakuna kitu watakaotoka nje.
Lakini leo hii, kuta hizi zitakuwa za kubomoka
Vipande vipande watakuwa.

Kuta, kuta, kuta,
Kuwafichua mtu huyu,
Kwa mambo yote aliyofanya kwangu.

Waefeso 5:13 (NLT)

"Lakini nia zao mbaya kuwa wazi wakati mwanga huo huangaza juu yao."

Tafakari

Je, umeshakuwa na mawazo kuhusu kukabiliana na mnyanyasaji yako? Je, umefikiria nini itakuwa kwa mwenye wa uso mtu ambaye alichukua sana mengi mbali na wewe? Nina na nilihisi uhuru huo. Uhuru wa kuwa mwanamke imara ninajua kuwa nini. Kabla nilihisi uhuru, mimi kuwa waaminifu, nilihisi hofu, lakini ilikuwa ni kitu bora mimi naweza milele kufanya. Fikiria juu ya nguvu utapata nyuma tu sisi tukisema ukweli wako. Upata nguvu tena na pia kupata sauti yako pia. Kitu pengine si habari katika miaka au labda milele. Ombi langu kwenu ni kwamba kumtafuta Mungu kuhusu kupata sauti yako tena na kukabiliana na mnyanyasaji yako. Si kwa moyo wa vurugu lakini katika roho ya ujasiri na roho ya uponyaji. Kama njia ya mapambano simulated au mapambano halisi kuuliza Baba yenu ni nini ni njia sahihi kwa ajili yenu ili kupata sauti yako tena. Miale ya hofu inaweza kupanda kwako hivi sasa kama wewe kufikiri juu ya nini inaweza kuwa ya mapambano, hi haifai kuzuia kumwomba Baba yenu kuhusu mahitaji yako kwa ajili ya uhuru wako.

Maombi

Bwana, nauliza kwamba uwe mtetesi katika sikio laBinti yako na mapenzi yako kwa ajili ya maisha yake inayohusiana na kukabiliana na mnyanyasaji yake. Andaa moyo wake, roho yake, na mustakabali wa maisha yake kwa mambo yajayo na mapambano, simulated yaliojiiga ndani ya mtu. Hutia hekima yake kama yeye anatafuta ushauri wa busara juu ya hatua yoyote ijayo kutoka Kwako. Mpe mtazamo wa uhuru na amani kuja na kusimama juu ya neno lako. Katika Jina la Yesu.

Amina!

UKIMYA

Nililia ndani yangu
Kwa muda wa wiki moja kwa moja
Sikujua nilikuwa na machozi mengi.
Hivyo tete
Mimi mwenyewe tayari kuvunja
Kama mifupa wenye umri.
Nilianza kuweka juu wakati wa usiku
Usingizi haukuwa rafiki yangu.
Kutembea karibu katika ukimya
Pamoja hakuna mtu taarifa
Hisia zangu zinazoishi kwenye uso wangu.
Kwa nini siwezi tu kumwambia mtu?
Nilikuwa na jitu
Wanaoishi katika nyumba yangu.
Mazungumzo na watu
Ikawa sana
Ukimya ni nini daima kuguswa
Midomo yangu na akili.

Lakini sisemi nawe tena
Ndio Wewe unayesoma hii
Wewe ni dadangu
Kimya hakitakuua tena

Mimi nasema uhai katika mwili ulio kimya.
Mimi nasema matumaini katika Roho wa utu wako.
Mimi nasema furaha katika kicheko chako kizuri.
Mimi nasema lengo ndani ya ndoto ya ajabu!

HAPANA. HAKUNA KIMYA
Mimi sitaki kusikia
Kwamba umeangushwa chini
Na mtu ambaye hana huduma
Kuhusu maisha ya Baba yangu alioniundia.

Wewe ni ndugu yangu,
Hautakuwa Tena kuwa kimya.
Mimi niko hapa pamoja nanyi
Hebu tuombe pamoja
Tunapomuuliza Mungu sauti yako kusikika!

Kitabu

Zaburi 32: 3 (NIV)

"Nilipokaa kimya wangu, mifupa yangu kupita mbali kwa njia ya kuugua kwangu mchana kutwa."

Tafakari

Hautakuwa tena kuwa uliofanyika chini kwa mtu ambaye walidhani chini yako. Hautakuwa tena kujazwa na ndoto tupu ya nini inaweza kuwa. Hautakuwa tena kimya kwa mdomo wako muhuri kufunga kutoa adui kushinda. Hautakuwa tena kujisikia kama kwanini wamekuwa kupitia hayo. HAKUNA TENA! Nakupenda.Labda kamwe sitokutana na wewe siku katika maisha yangu, lakini tunajua kwamba kama maneno haya ni kuwa imeandikwa juu ya ukurasa huu, nasikia Ukidai ushindi dhidi ya maisha yako. Sijui umri gani au jinsi vijana wewe lakini bado hujachelewa kwa amri ya kutangaza uhuru wa Bwana juu ya maisha yako. Kufungua mdomo wako na amri ya kutangaza, "Mimi tena sijafungwa na maono ya maisha yangu ya zamani." "Mimi tena sina hofu ya kusema maisha kwangu mwenyewe." "Mimi tena si mfungwa kama vile watu walinidhania." " Mimi tena si kama inavyoelezwa na jinsi ulivyo kuwa!"

Maombi

Mungu, sema ukweli wako juu ya maisha Binti yako. Kuwa sauti kwamba yeye haijawahi kuwa na miaka. Kama dada yangu analala, tetesi ukweli wako juu ya maisha yake na kuanza kutoa ujasiri wa kuwa na sauti kuongea kuhusu matumizi mabaya kwake kwa hekima yake. Asante Bwana kwa sauti kwamba itasikilizwa na masikio Yako mwenyewe kwa mara ya kwanza. Nakupenda kwa maisha ya dada yangu. Katika jina la Yesu.

Amina!

SIKU-HIO

Hakuna kurudi nyuma.
Uamuzi Umepatikana
Kuyafuta machozi yangu mbali.

Mimi ninasonga mbele na maisha.
Kamwe sitasahau
Nini ilinipa mimi nguvu.

Leo na kila siku hapa baada ya
Natangaza imani katika Wewe tu
Kwa ujazo yangu.

Najua Ni Wewe tu
Na mkono wako wa upendo
Uliniongoza kuchagua.

Kama ingekuwa kwangu
Ningependa kubaki
Siri.

Miongoni mwa vivuli
Ya mbawa za tai
Hiyo siku zote inaonekana kuruka karibu.

Lakini wakati nadhani kuhusu hali ya uhuru
Ni wewe tu
Nakupenda zaidi.

Kadhalika leo
Nachagua kutembea mbali
Kutokana na kile nilikuwa usio wa kawaida lakini faraja hivyo.

Mimi nachagua kuishi katika nguvu.

Siku-Hiyo,

Itakuwa kila siku.

Waefeso 6:10 (NLT)

"Neno la mwisho: Kuwa imara katika Bwana na katika nguvu zake kuu."

Tafakari

Siku gani uliamua kutoishi tena katika vivuli na siri za anayekunyanyasa? Ilikuwa siku gani uliamua kumruhusu Mungu kuwa Mungu na kuponya nafsi yako? Ilikuwa siku gani wewe uliona tabasamu yako kwa mara ya kwanza? Siku hiyo ni Ile siku. Merriam-Webster amefafanua Ile siku kama temu ya kijeshi kwa siku ambayo mambo muhimu imepangwa au unatarajiwa kutokea. Siku yangu ya kwanza ya hio siku ndio niliamua kujisalimisha wote wa wasiwasi yangu, hofu, na aibu kwa Mungu. Ijayo yangu Hio siku ilikuwa ni siku nilisema kwamba nitazungumza na mtaalamu kuhusu historia yangu ya unyanyasaji wa kijinsia. Ijayo yangu Hio Siku ilikuwa ni siku niliamua kujibu wito juu ya maisha yangu. Na mimi huendelea kuwa na Hio Siku kila siku mimi nikiamka kwa sababu mimi huchagua kukaa katika hali ya uendeshaji kuwa mtu binafsi bure. Hio Siku zote utakuwa nazo katika maisha yako itafanya kazi kwa operesheni kubwa, wewe kuwa askari katika jeshi la Bwana!Je utafanya Hio Siku ya kwanza yako kuwa leo, ?

Maombi

Bwana, mtoto wako anajaribu kufanya Hio Siku yake ya kwanza kuwa leo. Kwa maana tunajua kwamba kama uamuzi ni wa maandishi kuchukua hatua ya kwanza na kuamsha uponyaji wako, Wewe utaanza kuweka maisha yake katika mwendo kuelekea wanaoishi katika uhuru. Mungu hakuna mtu kama wewe na mimi Asante kwa kazi katika Roho wa wingi wa maarifa, upendo, vikosi maalum, mbinu, na silaha. Wewe ni mwisho Amiri Jeshi Mkuu na kama tukichagua kufuata na kumwamini mtu yeyote kutuongoza kwa uhuru, ni wewe! Hebu mpango maalum wa kazi Tayari chorwa, wazi katika maisha ya Binti yako sasa, katika jina la Yesu.

Amina!

UCHEMSHO

Kwa siku tatu
Nilisalimu Kiti cha huruma
Kuondoa mishipa yangu na hofu
Ya mambo yajayo.

Kicheko na machozi
Juu na chini
Akili wazi na mawazo yakimbia
Tabasamu la kulazimishwa ili kufanya mwanga.

Wote kuongoza hadi mwisho
Tambarare ya maisha
Ambayo ilionekana
Kitu.

Hofu nyingi mno
Wasiwasi mwingi mno
Maswala mengi
Wakati ni mdogo

Kwa hoja ya miguu yangu
Hatua kwenye ndege
Kubisha juu ya mlango
Na kufumbua kinywa changu.

Kufumbua kinywa changu
Kwa mtu ambaye aliharibu maisha yangu,
Kuharibiwa ni
Kwa kuwa bora.

Nikapiga magoti na kupumua
Mwanaume alinichukua wakati nilizungumza
"Ongea nami, mimi niko hapa kukusikiliza."
Machozi yalinimwagika,nikanugunika .

Niliomba maombi ya dhati ya moyo wangu
"Bwana, nipe amani ndani ya moyo wangu"
"Nguvu katika miguu yangu"
"Na hekima juu ya midomo yangu ya kunena."

Kitabu

2 Wakorintho 12: 9-10 (NLT)

"Kila wakati alisema," Neema yangu yote unahitaji. Uwezo wangu kazi bora zaidi katika udhaifu." Kwa hiyo sasa nafurahi cha kujivunia udhaifu wangu ili uwezo wake Kristo wanaweza kufanya kazi kwa njia ya mimi. Hiyo ndiyo maana Mimi kuchukua radhi katika udhaifu wangu, na katika matusi, mateso, mateso, na matatizo kwamba mimi kuteseka kwa ajili ya Kristo. Maana ninapokuwa dhaifu, ndipo nina nguvu."

Tafakari

Nilikuwa naongozwa kukabiliana na mnyanyasaji wangu. Baada ya miaka 20 sikudhani ningeweza kuchukua safari hii. Nchi kamili ya kuvunjika, yaliyoathirika na mabomu ya siri, tayari kulipuka wakati wowote. Sikujua kwamba mimi ningekuwa milele kuwa tayari na lau kwa Mungu Siamini mimi milele ingekuwa. Katika siku ya safari ya ndege yangu kwenda Los Angeles, nilikuwa na uwoga na kamili ya hisia tupu. Mishipa yangu ilikuwa haiishi. Niliomba sala kwa bidii nikiomba kwa nguvu, amani na hekima. Niliomba Mungu Alinielekeza kusoma 2 Wakorintho 12: 9-10, na nikatabasamu. Katika wakati huo, nilikuwa na hisia juu ya moyo wangu, sikufanya yoyote ya hii,Ni Mungu ! Si kufikiria mambo ya kumwaambia mnyanyasaji wangu, Mungu atanifanyia! Alinituliza nipoliendelea kusoma maandiko tena na tena kama uthibitisho wa kile kitakuja. Wakati wowote unahitaji nguvu, lote unahitaji kufanya ni kuweka udhaifu wako juu yake na uwezo wake wa kukuleta kwa nguvu zake utulivu wa roho yako. Nina furaha kuwa dhaifu, kwa sababu Mungu wangu ni wenye nguvu!

Maombi

Bwana, Wewe ni mwenye nguvu na kushangaza katika yote ambayo wewe hufanya. Asante kwa nguvu Wewe unampa dada yangu sasa hivi, kuishi maisha yake katika nguvu kwa sababu katika hali ya udhaifu wake, yeye ana nguvu kupitia Wewe.Twakuheshimu Wewe kwa kuwa kama Baba ambaye anaishi. Tunakuomba utupe nje hofu katika maisha yetu sisi tunaposafiri njiani kwa uhuru na uponyaji. Ni katika jina la Yesu tunaomba.

Amina!

SHUGHULI YA NGUVU

Kuwa Mnusurika wa unyanyasaji wa kijinsia moja ni wazo kuwa dhaifu, tete na kushindwa kujitunza . Anadhaniwa kuwa imara na kujitenga katika kazi maisha ya gumu. Katika wakati wa kujitambua, waathirika wa unyanyasaji wa kijinsia ni miongoni mwa kundi wengi wangumu ya wanawake duniani! Kuishi na waandishi wa habari njia yako kwa njia ya maisha kwa kuleta kwa mahali pa uponyaji inachukua nguvu. Nakupongeza wewe!

Katika Isaya 41:10 (NLT) Isaya aliandika, "Usiogope, kwa maana mimi nipo pamoja nanyi. Je, si kuwa na tamaa, kwa maana mimi ni Mungu wako. Nami nitaitia nguvu wewe na kukusaidia. Mimi kushikilia mahakamani kwa mkono wangu ushindi wa kulia. "Una ahadi yako kutoka kwa Baba yako, Mungu. Ametoa wewe zana unahitaji kuimarisha akili yako na roho yako kupona kutokana na nguvu-sapping kuondokana ya unyanyasaji wa kijinsia. Una uthabiti kama unajua au la. Sisi kushiriki sifa hizo vyema panda wewe katika ngazi ya pili yako ya uponyaji.

NGUVU SHUGHULI

Kama waathirika wa unyanyasaji wa kijinsia, tunajua jinsi ya kustawi na kupenya kupitia maisha, kuwa imara, lakini si lazima kwa kazi na kiwango hicho ni chanya na ufanisi kwa ajili ya ukuaji wa uchumi wetu. Kwa mfano, mimi ni mtu wa kupangwa sana. Mapema katika safari yangu ya uponyaji, nilipenda kuwa na uhakika wa kuwa na kila kitu chini ya udhibiti, katika nafasi yake, na kazi katika kazi kamili. Kama kulikuwa na kosa, nalipenda kupata wasiwasi au hasira na kujaribu kurekebisha kila kitu mwenyewe. Nilikuwa Kidhibiti kwa sababu sikuweza kudhibiti unyanyasaji wa kijinsia uliotokea kwangu. Ilichukua muda na mazoezi kwa ajili yangu ya kujifunza jinsi ya kutumia vyema zawadi ya shirika katika njia ya ufanisi hivyo ilikuwa haitetemeshi maisha yangu. Katika shughuli ya leo, tutajifunza jinsi ya kutumia uthabiti ujuzi wetu kwa namna chanya.

1. Kudumisha mahusiano mazuri itaruhusu wale wanaopenda na huduma kukuhusu ili kukusaidia. Ni kupitia mahusiano mazuri kwamba sisi hujengwa kwa matumaini na upendo, ambayo huongeza uwezo wetu wa kuwa na ushujaa.

2. Kutambua mabadiliko ni sehemu ya maisha na wakati mwingine kuna kitu unaweza kufanya kuhusu hilo. Kukubali mabadiliko utapata bora kukabiliana na hali yako ya sasa na kuwa uliofanyika muathirika nini unaweza kuwa

3. Mabadiliko ya mtazamo wako kwa nini kilichotokea kwako. Hatuwezi kubadilisha yaliyopita lakini tunaweza kubadili mtazamo wetu juu ya jinsi sisi tunaelewa na kuguswa na unyanyasaji wa kijinsia..

4. Kugundua wewe ni nani leo. Wewe si tena mwathirika wa unyanyasaji wa kijinsia. Wewe ni mwanamke ambaye alinusurika uzoefu kiwewe na limepoa katika jina la Yesu. Chunguza na Jiulize swali, mimi ni nani leo?

5. Kufahamu maisha yako kwa sababu wewe bado waishi! Najua kumekuwa na changamoto katika maisha ambayo inaendelea kukuchanganyikia na kufungwa lakini unafanya kazi kwa njia yao sasa na wewe bado uko hapa!

6. Fanya kitu! Kama huna raha jinsi kujisikia kutokana na matokeo ya unyanyasaji wa kijinsia, fanya kitu mabadiliko hayo. Una nia ya kuchukua safari ya Njia za uponyaji lakini uponyaji haufiki hapa. Daima kuwa tayari kutatua tatizo hali katika maisha yako ambayo unataka kubadilisha.

7. Weka mtazamo wako juu ya picha kubwa ya maisha hivyo wakati hali duni kutokea wewe si kutupwa mbali ya kituo hicho.

8. Jichunge kwa kufanya shughuli unafurahia. Kutunza akili yako na mwili kulinda katika sura kiakili na kimwili na tayari kwa ajili ya wakati ni wakati kwa wewe kutumia uthabiti ujuzi wako.

9. Ishi kama aliyenusurika si muathirika itasaidia kuweka mtazamo matumaini ya maisha. Wewe pia utakuwa na thamani kubwa kwako mwenyewe na kuwa zaidi uthamini kwa Mungu katika salio ya maisha yako!

WAKATI NA MUNGU

Kuchukua muda wa kutafakari juu ya shughuli ni muhimu kujaza moyo wako na amani na kujenga misuli yako ya nguvu. Sisi hutafakari leo kwa kuomba na kufunga kwa Mungu (tafadhali soma ukurasa ii ajili ya uongozi wa kufunga). Kuchukua muda leo kwa jarida mawazo yako na maagizo ya Mungu nitakupa juu ya jinsi ya kujenga nguvu yako kwake na katika wewe mwenyewe.

Katika muda wako binafsi na Mungu:
1. Soma Wafilipi 4:13 kufanya yako kuwa ukweli.

2. Anza kuomba na kumuuliza Mungu kwa unaonyesha ni jinsi gani Yeye ni nguvu zenu. Kuendelea kumtafuta kuhusu njia umekuwa sapped ya nguvu zako katika akili, mwili na roho. Kuuliza kwa ajili ya ufumbuzi na mikakati ya kutolewa njia za zamani ambazo wanashikiliwa uwezo wako wa kumwamini kikamilifu ambayo inatoa nguvu unahitaji kuishi maisha haya.

3. Kufunga na kutafakari muda wako alitumia na Mungu leo.

KUSUDI

AMKENI

niliamka leo.

kwa tabasamu na mkumbatio wako.

niliamka leo.

kwa nguvu na shauku ya kufanya
mambo yote wewe umeomba yangu.

niliamka leo.

kutoka usingizi nio+mekuwa katika
tangu siku hiyo ya kutisha ya kuumiza
ambayo ilitokea jana katika mawazo yangu.

niliamka leo.

kupata furaha kwa kujua
Sina sababu ya kuogopa
sauti za kuniambia hapana
au watu ambao wanaonekana kubwa sana katika kimo.

niliamka leo.

mizani ilifika mbali na macho yangu
minyororo ilifika mbali mawazo yangu
na kinywa changu kujiondoa

"niko tayari."

Kitabu

Warumi 9:17 (NLT)

"Kwa maandiko kusema kwamba Mungu alimwambia Farao, Mimi nimekuweka kwa ajili hiyo sana ya kuonyesha uwezo wangu katika wewe na kueneza habari yangu popote duniani."

Tafakari

Mungu amemteua wakati ambapo wewe umefunuliwa na tayari kusonga katika upatanishi pamoja naye. Ni kama ajabu ngoma ya mpira. Yeye ni kiongozi wa kiume ambaye anakuongoza wewe katika hatua ya pili ya mbweha matiti. Ili kwa kuwa na kuwa kitu cha furaha, nzuri Kito, una fuata uongozi wake. Kama siyo, Yeye atakuwa anawatoa regi na Kito vitaharibika. Fungua moyo wako na basi naye atawaongoza. Yeye ni Mmoja tu ambaye anajua jinsi ngoma yako mwisho itakuwa. Je utampa mkono wako?

Maombi

Baba mara nyingi mimi huzama kwa maswali ya "na je?"kwa uhusiano mwingine,mahitaji yangu,na kazi yangu.Naachilia matumaini.,nguvu,ushindi maisha yangu ya sasa na ya baadaye kwako.Nisaidie kusongesha miguu yangu jinsi utakavyo niongoza.Nakuamini na yote ninayo.Katika jina la Yesu,.

Amina!

JUU, JUU, JUU

Leo Niliomba
Na kila kitu ndani yangu
Kudhihirisha maana ya kweli ya mimi ni nani.
Sina kitu chochote cha kutoa
Nyingine zaidi ya moyo wangu uliovunjika
Hivyo kwa sababu gani
Mbona , kufikiri ni lazima nisimame mbali?
Katika ulimwengu huu linganifu
Alinichagua kufanya kitu kipya?
Kila sehemu yangu inataka kuwa katika kutoamini
Lakini ndani yangu Najua ni kweli.
Wewe ulinipa lengo
Kabla nilikuwa na mawazo ya.
Bwana, Wewe ni mmoja tu
Nani anajua nini cha kufanya
Na huu moyo umevunjika.
Natumaini kwamba kusudi langu
Ni ilimalizika katika Wewe.
Nisaidie kuamini
Kwamba baadaye yangu ni ya haki.
Wakati unatumia kila kipande changu
Najua wangu wa zamani utcheza sehemu.
Kiwango ni cha juu
Cha kuwa mshindi.

Si kwa sababu mimi nina mapato ya juu
Lakini kwa sababu Ulijua mama yangu
Angenizaa katika kuwepo
Akiwa msemaji wako.

Nikifikiria wakati wa kila sehemu
Katika ulimwengu
Wewe uliobadilishwa kwa ajili yangu
Mimi kuchagua kuamini
Nina hatima kubwa.

Asante kwa kuelewa mawazo yangu dhaifu
Mimi tu hivyo kutumika kwa kuwa moyo tatanishi.
Juu nitakwenda
Kwa uongozi Wako .
Nina makusudi.

Yeremia 29:11 (NIV)

"Kwa maana najua ya mipango mimi kwa ajili yenu," asema Bwana, "mipango ya kufanikiwa na si ya kuwadhuru, mipango ya kuwapa matumaini na ya baadaye."

Tafakari

Mimi hujiuliza kusudi langu kwa muda mrefu. Na nini kivuli nilipata mahali ambapo nilikuwa starehe kwa lengo langu lilikuwa unyanyasaji yangu ya ngono. Nilihisi kama kila mahali nilikwenda, kila mtu nilikutana, kila kazi nina mawazo kuhusu, kila mahojiano ya kazi mimi nilienda, uwezo kimapenzi kila mpenzi, nilikuwa nasikia sautiza mayowe, "UNAHITAJI KUSEMA KITU KUHUSU Zamani YAKO!" Ilifika wakati nikaanza kuomba kuhusiana na hisia hii matapishi yangu ya zamani juu ya kila mtu ambaye mimi nilikutana naye, Mungu alinifunulia mimi nina kipande cha wema wake. Nilijua itakuwa ni faraja kwa wanawake wa unyanyasaji wa kijinsia lakini nilifikiri kwamba itakuwa kama nilikutana na wanawake kutoka siku hadi siku katika kupita. Kama nilipenda kuendelea kuomba kuhusu miingio na mitumbwi ya kusudi langu, Mungu alianza kunionyesha maono na kuongea na mimi katika ndoto zangu. Na mmoja wao umejitokeza katika ibada hii. Je, si lazima hofu ya siku za nyuma yako kuandikisha kusudi yako yanatimia. Huwezi kujua jinsi maisha ya watu wengi wataokolewa na aliongeza kwa Utukufu na Mungu kipekee kwa kukutumia wewe. Wito kwa maisha yako ni kubwa, Shetani alijaribu kufunga ninyi mahakamani, LAKINI MUNGU! Endelea kuomba kwa Mungu kuwa Atangaze kusudi lake kwa ajili yenu, Yeye hudhihirisha kuwa kwa wakati wake. Kila kitu una uzoefu katika maisha yako zitatumika kwa utukufu wa Mungu!

Maombi

Bwana, Wewe ni wa kushangaza katika yote ya njia yako na njia zako ni za kipekee. Naomba Wewe mvua chini Madhumuni yako ambayo ni maalum kwa Binti yako anayesoma hii. Kuleta amani na uwazi wake kuhusu wito wako juu ya maisha yake. Kutoa rasilimali na njia yake kwa kuwa na vifaa kikamilifu na kufanya kazi yako. Bwana, mimi pia nauliza Unaweza kutupa subira yangu dada kama yeye anasubiri kusikia kutoka kwako kuhusu madhumuni yake. Tunajua kwamba hofu na kukosekana kwa uvumilivu watajaribu kuinuka dhidi yake kwa hiyo sisi tuwatupia chini kwa jina la Yesu. Katika wakati wako, yeye yuko tayari kufanya kazi yako. Asante kwa ajili ya kujenga roho nzuri, hasa kwa ajili ya kazi ya Ufalme Wako. Nakupenda. Katika jina la Yesu. Amina!

MIALE YA MWANA

Alisema, "Wewe kuhimiza yangu."
Kuwa huru.
Alisema, "najua mimi ni baba yako."
"Lakini wewe ni mafundisho yangu jambo moja au mawili."
Machozi yakaanza kumwagika.
Mimi naweza tu kusikia "nani alijua" katika nyuma ya akili yangu.
Mungu, mimi nilikuwa na wazo
Upendo wako unge angaza kupitia
Dirisha kuvunjwa
Rangi na rangi mbali mbali
Nyeusi.
Kuiwakilisha kila kilio kimya
Ya kukutana wangu uoga.
Sikujua
Mwana ingekuwa uangaze kupitia
Mimi
Kwa wengine kuona
Nguvu za Uponyaji wako
Kupandwa hivyo kirefu.
Machozi yangu kuanguka
Na maji zaidi kwa udongo
Ya mwana au binti mwingine
Ambaye anahitaji kuwa mzima.

Mathayo 5:16 (NLT)

"Kwa njia hiyo hiyo, ni lazima mwanga wenu uangaze mbele ya watu wengine, ili wapate kuona matendo yenu mema, wamtukuze Baba yenu aliye mbinguni."

Tafakari

Amini usiamini, Mungu ataweka mtu katika maisha yako ili kuwatia moyo na kuwasaidia wakati wa mchakato wa uponyaji wa unyanyasaji wa kijinsia. Mtu kama huyo alitokea kuwa baba yangu. Nilimwambia jinsi Mungu aliweka juu ya moyo wangu kuandika hii ibada na kama tu baba angekuwa, yeye aliniambia alikuwa ananipenda. Nilikuwa na furaha ya kutosha kwa hayo. Lakini aliendelea juu na kusema, "Unajua, huwezi kujua hili, lakini wewe ni himizo yangu, kwa kweli wanihimiza." Alianza kuuliza maswali kuhusu jinsi safari yangu ya uponyaji imenisaidia katika maisha yangu na njia anaweza kupata amani katika maisha yake. Nilishtushwa! Sikujua nguvu za kutembea katika kusudi yako miongoni mwako mwenyewe. Sisi daima hufikiri kuhusu jinsi ya kutoa hekima juu ya wengine nje ya nyumba, na kwa kweli kamwe kufikiri juu ya nyumba zetu. Uwezo wetu wa kuathiri ufalme kwa lengo mahitaji yetu ya kwanza kuanza katika nyumba. Mungu ni wa kushangaza! Kuendelea kutembea katika njia Yeye lami nje mahsusi kwa ajili yenu. Mapema au baadaye, mtu anaweza kuwa wadadisi wa jinsi kutizamwa Njia yako ya uponyaji.

Maombi

Bwana, tunafikiri hivyo kidogo ya wenyewe wakati mwingine, sisi husahau jinsi nguvu tunaweza kuwa nayo wakati tuko sambamba na Roho wako. Bwana, mimi nauliza Wewe kuendeleza maono na njia Ingekuwa kwa Binti yako kwa kutembea pamoja. Kwa maana tunajua kwamba uponyaji wetu sio tu kwa kuwa wendawazimu, hiyo ni kwa ajili ya Utawala pia. Ninawaomba kutoa Binti yako utambuzi ili kujua jinsi ya kusaidia kutembea na wengine uhuru na hadithi yake. Asante kwa yote ya maisha ambayo itakuwa iliyopita na kuponywa kwa sababu ya Roho wako Mtakatifu. Katika jina la Yesu.

Amina!

MSANII

Milele mawazo kuhusu
Jinsi miili yetu hufanya kazi?
Jinsi kila kitu
Hutokea juu yake mwenyewe?

Au hivyo tunadhani.
Mungu ni nje
Akatufanya sisi wote kuwa
Kujaa utukufu wake.

Wakuu kugeuka
Macho yanafungika
Damu mtiririko
Kwa maeneo yote ya haki,
Kutoka kichwa hadi miguuni.

Je, huamini
Kwamba viliumbwa
Hasa,
Kuwa sehemu ya Ufalme?

Najua unaweza kuona
Kama msichana mdogo
Wakati unafikiri juu ya taabu yako.

Tafadhali kujua wewe ni zaidi ya unaona
Wewe ni Kito nzuri
Kusubiri tu kuwa
Akampulizia
Kama Mungu alifanya Adamu na Hawa.

Mungu ni Mungu
Kakuumbeni
Kujenga ufalme wake
Maisha moja kwa wakati mmoja.

Zaburi 147: 4 (NIV)

"Yeye huamua idadi ya nyota na anawaita kila mmoja kwa jina."

Tafakari

Kila kitu Mungu Ameunda ni Kizuri kupindukia. Kuchukua kwa mfano, miili yetu. Mwili wa binadamu ni hivyo tata bado hivyo kipekee kwa kila mmoja. Katika wetu seli miili damu hatua kuzunguka kufanya mambo mbalimbali, lakini muhimu zaidi ya kulinda, kusafisha na kupigana. Baada ya kupata kukata, chembechembe za damu kukimbilia tovuti kujeruhiwa kujenga ukuta na kuunda mshikano wa damu kwa kuzuia damu kutoka nje. Seli za damu kusafisha mwili wako kwa kuchukua taka kwa figo na ini ambayo huchunga na kusafisha damu. Seli za damu kupambana na maambukizi katika mwili wako kwa kufanya kinga na tovuti ya kwamba ni kuambukizwa. Yashangaza sivyo huh? Seli za damu ni lengo maalum sana ili kulinda, kusafisha na kupambana vitu kigeni katika mfumo wetu, masaa 24 kwa siku. Yesu alifanya kitu kimoja kwa kila mmoja wetu. Naapa kwa Yule kufa, kusudi lake ni kulinda sisi kutoka wenyewe na adui. Kutusafisha na maumivu yote na dhambi katika mwili wetu na akili. Na Mwisho, kupigana na adui wakati wa mashambulizi yetu. Kumwomba Baba kwa kudhihirisha kusudi lake maalum kwa ajili yenu. Kila kitu katika maisha haya yana kusudi, ikiwa ni pamoja na wewe!

Maombi

Mungu, Wewe hukusudia sana kwa upendo wako na viumbe wako. Mimi nina kuuliza Wewe kufungua moyo binti yako 'kwa Madhumuni yako ya kipekee ambayo ilikuwa hasa uliumba kwa ajili yake. Mpe furaha yake kwa kujua kwamba yeye ana sababu kwa maisha na maisha yake ni ya maana. Asante mapema kwa ajili ya ushuhuda wa maisha yake yanatimia kupitia Wewe. Asante kwa nguvu umempa mwanamke yeye. Utukufu wote na mali ni Kwako! Katika jina la Yesu.

Amina!

MWANDISHI TETE

Hatia, shauku, uhuru
Ilimalizika katika moja,
Kuchukua maisha umakini
Itakuwa na maana hakuna furaha.

Ngono, uongo, smiles
Ilimalizika katika tatu
Tenga fedha
Ambayo si mali yangu.

Najisikia hatia kama
Kila wakati mimi natoa mfuko,
Ni kama mtumaji anajua nafsi yangu.

Siwezi kumwambia mtu nyara fedha hizo
Na badala yao yaliyomo hasi,
Najisikia mashambulizi dhidi ya uhai wangu,
Kama mimi kuendelea kupangua.

Hatia kwa ajili ya ngono Mimi kufurahia kuwa
Na shauku nilipewa
Huru ndugu yangu kutokana na maumivu ya mnyanyasaji yake
Ambaye amekuwa amelazwa
Na yeye mwenyewe na wengine
Kwa alifanya tabasamu.

Unaweza kuona, Mimi najua fedha hizo waliwakamata
Na upya na maandiko ya kutiwa hatiani uongo.
Nilikuwa daima maana ya kutumia yaliyomo yake,
Si tu kwa faida yangu binafsi.

Kitabu

Zaburi 139: 23-24 (NIV)

"Nichunguze, Mungu, uujue moyo wangu; unijaribu, uyajue mawazo yangu. Kuona kama kuna njia iletayo majuto ndani yangu, na uniongoze katika njia ya milele."

Tafakari

Kila wakati baada ya mimi kufanya ngono, nilihisi kutishika kabisa. Sikuwa kwenye ndoa na mimi basi nilimkosea Mungu tena. Na katika wakati huu, nilijua ilikuwa bora kuliko yale kukutana kujitoa, lakini nilitaka kuwa alitaka. Kama nilianza kukua katika Kristo, nikagundua hisia mbaya najisikia hakuwa na hatia, lakini haikuwa na hatia. Kutiwa hatiani na hatia, sisi mara nyingi hubadilisha zote mbili. Kushitakiwa hutumiwa na Mungu ili kuongeza hisia zetu kwa dhambi ili atulete kwa toba, ambapo hatia inatambua dhambi na kisha inazalisha hisia ya hofu, vilio, na adhabu kauli ya dhambi. Mungu hana kazi katika hatia, Yeye kazi katika imani kwa sababu anatupenda na anataka kuona sisi wote ndani yake. Alikuwa na mimi si kuendelea kujifunza, kukaa kushikamana na wizara na kutubu wakati imani wale walioteuliwa kama matokeo ya vitendo wangu, wewe bila kuwa na kusoma hii ibada. Ilikuwa ni kupitia imani yangu nikagundua nilikuwa kuweka mbali kwa lengo na alikuwa na maana ya kushuhudia kwa wanawake ambao ni waathirika wa unyanyasaji wa kijinsia ambao ni uwezekano wa kujihusisha na tabia ile ile kama mimi, kimwili, kihisia, na uhusiano kuwa, kiakili na kiroho. Ilikuwa ni kupitia imani yangu nilikua katika mateso kwa ajili ya wanawake ambao wanaioumia kwa sababu ya matumizi mabaya na kuumiza kwa sababu ya tabia wao wenyewe wamekuwa wakirudia. Hawapati hukumu yako kuchanganyikiwa na hatia. Ni kwa njia ya imani yako Roho Mtakatifu anaweza hoja ya kuleta mafanikio katika wewe na Uingereza. Na imani yako ni nini? Imani yako inaweza vizuri sana kuwa imefungwa na madhumuni yako. Misimamo thabiti kusababisha kubadilika.

Maombi

Upendo wako ni ajabu. Wewe ni mgonjwa na upendo kwa watoto wako. Asante kwa uwazi katika tofauti za hatia na hatia, ni kwa njia ya imani hii tuna uwezo wa wazi kuona unaendeleza uponyaji wetu. Mimi nauliza, kwa jina la Yesu kutumia imani wale kuleta mabadiliko na madhumuni katika Binti yako Bwana. Kwa hili ni pale ambapo mapenzi yako na kazi itafanyika kushinikiza Binti yako kuongezeka. Katika jina la Yesu.

Amina!

KUSUDI SHUGHULI

Kila mtu duniani, ikiwa ni pamoja na wewe, alikuwa kuzaliwa kwa madhumuni maalum katika akili. Muda wa ziada, binafsi kwa mawazo tumepata kama waathirika ni mengi sana ya kweli. Hivyo halisi, tunaweza ,wamezungumza wenyewe nje ya kuamini tuna kusudi. Kama unasoma wiki hii, wewe ni daima juu ya akili ya Mungu na anatamani kuishi kupitia wewe, ambayo ni sehemu ya kusudi lake la mwisho kwa maisha yetu.

Umewahi kusikia mtu akikuambia, "Oh wema wangu, nadhani utakuwa mkubwa katika (kujaza tupu). Wakati mwingine watu wengine huona mambo ndani yetu ambayo ni ya asili, sisi mara chache huona mambo makubwa kati yetu kama sehemu ya lengo letu. Hii shughuli wiki itatupa nafasi ya kugundua sisi ni nani katika Kristo.

KUSUDI SHUGHULI

Katika jitihada za kudhihirisha una lengo na kupata mambo juu ya kufuatilia kwa kupa katika lengo yako, utakuwa ukuchukua dodoso juu ya zawadi yako ya kiroho! Madhumuni ya dodoso ni kukusaidia kutambua vipaji vya kiroho na vipaji Mungu ameweka ndani yako. Mimi nimechukua dodoso sawa na nimekuwa nikishangazwa na matokeo kuonyesha nini hasa uwezo wangu ni. Tafadhali kuweka kando muda wa dakika 30 kikamilifu kukamilisha dodoso. Kumbuka hakuna haki au jibu sahihi ili kuwa na uhakika wa kuchagua jibu la kwanza kwamba inaandamana na wewe kutoa matokeo sahihi wewe.

www.gifts.churchgrowth.org

(Upande wa kulia wa tovuti, tafadhali click, Karama Uchambuzi)

WAKATI NA MUNGU

Sasa kwamba mmechukua kiroho zawadi dodoso, kuna njia bora ya kuamsha matokeo ya sala ya binafsi na wakati kufunga na Mungu (tafadhali soma ukurasa ii kwa kufunga mwongozo). Chukua muda leo kwa jarida mawazo yako juu ya matokeo ya kiroho zawadi dodoso yako.

Katika muda wako binafsi na Mungu:

1. Soma Waefeso 3:12-14 kukumbusha nia yako kwa nini unaishi maisha haya, kumtumikia.

2. Anza kuomba na kumuuliza Mungu alitangaze kusudi lake kwa ajili yenu na utambuzi kujua wakati Anaongea. Je, si kuwa umevunjika kama hujasikia jibu sahihi mbali na Mungu. Tubaki katika sala na kuwa makini na mwongozo wako, Roho Mtakatifu, akifafanua jibu.

3. Kufunga na kutafakari muda wako alitumia na Mungu leo.

IMANI

MIZIGO

Wewe ni kila kitu kwangu.

Mara nyingi mimi Husahau
Kwamba Wewe ni kila kitu wangu.
Mara tu hukumbuka
Wakati nakulilia Wewe

Wewe ni kila kitu kwangu.

Mimi nina wasahaulifu na wanapata zinazotumiwa
Kwa nini kama ni na ni maisha yangu kweli kweli.
Lakini kama mimi karibu na macho yangu
Na kutafakari juu ya kile ananileta mpaka magoti yangu,
Jambo moja kwamba Mfalme ni wa kweli

Wewe ni kila kitu kwangu.

Kitabu

1 Petro 5: 6-7 (NIV)

"Jinyenyekezeni chini ya mkono wenye nguvu wa Mungu, ili apate atawainueni kwa wakati wake. Kutupwa wasiwasi wako juu ya sababu Yeye anakujali."

Tafakari

Mungu ni kila kitu. Kila kitu. Najua kwa ajili yangu, wakati mwingine wakati mimi hujipata juu ya magoti yangu kuomba, nina mambo mengi juu ya mawazo yangu na naweza kusema tu, "Wewe ni kila kitu kwangu." Mungu anaweza kutibu chochote kwa sababu yeye ni kila kitu. Sisi hufa mioyo na kukabiliana na mambo mengi kutoka siku hadi siku, sisi husahau bila kujali jinsi matatizo makubwa au madogo yetu, yeye anaweza kufanya hivyo. Mungu hakukupeni roho wasiwasi, Alitoa wewe roho ya utulivu na ya upole. Kama wewe hutumia muda pamoja naye leo na unafikiri kuhusu wote una sema au kuomba, basi naye mjulishe ni kiasi gani unahitaji Kwake.

Maombi

Hakuna jambo mzito kwangu, mzigo au mwepesi, hamu yako ni kwamba mimi natoa mzigo wangu kwako. Mungu, nisaidie kwa uaminifu Wako na kila kitu kwamba mimi ndiye. Naogopa. Natumaini kwamba mapenzi yako kamili itafanyika katika maisha yangu kwani mimi nakwaminia Wewe na kila kidogo ya mzigo wangu. Katika jina la Yesu.

Amina!

HILA

wewe Hunionyesha furaha
wewe Hunionyesha maumivu
wewe Hunionyesha upendo
lakini upendo wote si sawa
baadhi ya upendo unahisi vyema
na hufanya unataka kupiga kelele juu ya mlima
wakati upendo wengine ni baridi na uchungu
lakini kwa upande wa upendo.

wewe Hunionyesha maisha
wewe Hunionyesha kifo
wewe Hunionyesha, mimi
tayari kumaliza yote
mimi hulia sababu siwezi kuona mimi kuchukua kwamba kuanguka
ingawa kila nyusi ya kwangu inachukia njia ya maisha yangu yalianza
baada ya kusema na kusema
"kuruka, basi ni kumkomboa wake."
waliohifadhiwa, naliendelea kufunga macho yangu
kuomba mbali kuwaomba na kuruka.

shetani mwenyewe alizungumza na mimi kufanya yasiotarajiwa
mwisho maisha hii ya thamani
lakini kuna jambo moja alisahau
pale mlimani.
yesu alijaribiwa pia
Nnikamwambia, "Je, ulijaribu Yesu na Alikukanusha wewe."
kidogo hakujua
yesu ni Mwokozi wangu na kwa njia yake
NITAISHI!

Ufunuo 12:11 (KJV)

"Nao wakamshinda kwa damu ya Mwanakondoo na kwa neno la ushuhuda wao; ambao hawakupenda maisha yao hata kufa."

Tafakari

Shetani anapenda kucheza michezo, ya hila na wewe, na katika mazingira magumu. Anasema na anatuonyesha sisi picha tena na tena katika jitihada za kupata kwetu kuamini mambo tunaona na kusikia ni kweli. Umewahi kusikiliza wimbo kwenye redio ambao hauupendi, lakini wewe mwenyewe hujipata ukiuimba kwa sababu wewe huusikia wakati wote? Adui anafanya kazi kwa njia hiyo hiyo! Yeye hana uwezo na mamlaka juu yenu au kitu chochote ambacho kinawahusu nyinyi, ni sisi ambao tunampa mamlaka kwa sababu ya kutojua kuanza kuamini mbinu yeye hutia wasiwasi tena na tena. Kumbuka kwamba Mungu anakupenda na anataka kuona ukipona. Ujumbe wowote kwamba unakwenda kinyume na kwamba ni hila kutoka Shetani mwenyewe kukuzuia kupokea uponyaji wako. Kuwa makini na kusikia na kuona na kumwamini Mungu kwamba anaishi ndani yako!

Maombi

Baba, naja kwako nikijua neno yako ni la kweli na huwezi kushindwa. Hivi sasa, nawasihi kwa damu ya Yesu juu ya mawazo yangu, maisha yangu na kitu chochote kinachonihusu. Shetani, wewe huna mamlaka na/au mamlaka ya kunishawishi mimi ni nani au mafanikio ya uponyaji wangu na hatima. Mungu, nakuachia mbinu zote, uongo, na hofu kwamba adui amejaribu kunipata mimi kuamini katika maisha yangu kwa ninyi. Mimi nachagua maisha, upendo na uhuru katika Kristo. Asante mapema kwa ajili ya uponyaji, nguvu na utambuzi wa kutambua sauti ya Shetani. Katika jina la Yesu.

Amina!

MAJANI MAWILI YANAISHI

Mashimo na kuumwa
"Iruhusu mada yangu,"
Sikuwa na wazo kuna mtu anajiunga na mimi leo
Kama siku hupita
Mionzi uangaze kupitia, mimi.
Nzuri, umengaa, na kukosa vipande vya mwili wangu,
Kuonyesha thamani yangu,
Na thamani Wewe kuwekwa ndani yangu.
Lakini zaidi mimi huangalia kwa upande wa kushoto na kulia,
Naona majirani zangu mwanzo kuangalia huo,
Kuvunjika na kunyongwa.
Naangalia mbele na naona
Mimi, katika kipindi cha miaka 10.
Nimeng'aa, mzuri, na mzima,
Hata hivyo kushikamana na kile kinaonekana kama uzi.

"Wajali kujiunga na mimi?" Yeye anaongea.
Mimi najinyoosha kuona anayezungumza.
"Habari za maisha?"
"Inaonekana makali, lakini nastawi bora kuliko sisi wengine?" Nasema.
"Pamoja na kwamba, inaonekana kama mimi hutegemea uzi
Mimi mzima kutoka huko hadi hapa.
Mashimo, kuumwa, wakati mwingine vipande vipande, na wengine kutembelea juu yangu.
Nina uchovu wa kuwa chini.
Daima pili na unatarajiwa kushuka kwa kufariki kwangu
Lakini nilikuwa na hadithi katika moyo wangu na kukubaliwa mimi lilifanywa hutegemea.
Maana hutegemea kwa kila shimo meremeta furaha safi ya kuwa wangu.
Nakumbuka siku nilichukua hatua ya kwanza, tu kama wewe
Kuwa zaidi ya jana. "Anaeleza.

Nikasikia sauti ikisema katikati ya jirani yangu jasiri kugawana safari
"Wewe umeshikamana.
Wanazidi makali ni uthibitisho tu
Kuwa wewe u tayari kung'aa.
Kuwa bora ambao
Nilikuita uwe. "

Rafiki yangu mpya alisema,
"Nilichukua nafasi, na niko hapa."
"Basi nini kuhusu kuwa ngumu
Katika nafasi hiyo ya shinikizo na uzuri? "Udadisi ukanipiga.
"Nikakumbuka,
Hakuna jambo gani dhoruba
Huenda kuwa pigo kwangu hapa na pale,
Bado nimeshikamana."

Kitabu

Zaburi 1: 3 (NLT)

"Wao ni kama miti kupandwa kando ya mto yenye matunda kila msimu. Majani kamwe kukauka, na wao kufanikiwa katika kila wanachokifanya."

Tafakari

Niliketi katika buga laTaifa siku nzuri. Niliketi chini ya mti na tabaka na tabaka la mizabibu na matawi na majani mazuri, kamili na kunawiri. Nilipokuwa nimelala juu ya blanketi yangu na mkono wangu nyuma ya kichwa changu, nilianza taarifa, mti huu mzuri ulikuwa na majani mbalimbali na mashimo na alama za kuumwa. Niliendelea kuutazama mti huu kwa, karibu majani yake yalikuwa mizizi ya tawi na shina la mti, yalikuwa yameliwa, rangi na tatanishi zaidi. Nilishangazwa na mfano huo ulikuwa sare na unaonekana usiyo wa kawaida. Karibu majani yake yalikuwa na chanzo zaidi kulishwa Nilidhani majani haya yatakuwa. Nilianza kuangalia majani yaliyo stawi , na kwa mshangao wangu, yalikuwa yameng'aa. Yote kwa kamili, mazuri, majani yaliongaa yalikuwa katika mwisho wa kila tawi. Ilikuwa ni hapa Mungu wazi alisema, wakati mwingine katika maisha yetu sisi ni huwapiga hadi kutoka kuwa na uhusiano na Mungu, watu, familia, siku za nyuma yetu, kwamba hatuoni uzuri katika ukuaji wa uchumi kuendelea. Na kuongezeka kwa kipindi cha ambapo tunafikiri ni maana ya kukaa katika maisha, ni mahali ambapo sisi hukua zaidi, katika makali sana ya faraja. Je, uko tayari kukua na kupona siku za nyuma hatua hii ya faraja? Kumbuka, wewe bado umeshikamana, hata wakati unaishi kwa makali.

Maombi

Bwana, maisha haitabiriki kwa nyakati na sisi mara nyingi hatujui ni nini ijayo. Tusaidie kwa uaminifu na kujisalimisha katika imani na uaminifu Wewe huongoza maisha yetu kutokana na maumivu na uaminifu, kwa ukamilifu na uaminifu. Wewe ni Mungu aliye hai na Moja tu ambaye anaweza kuchukua mikononi mwetu na kutusababisha sisi kung'aa na kutulinda kutokana na kuanguka. Tunapoendelea kukua na kunyoosha imani yetu na uaminifu katika Wewe, punguza hofu yetu. Asante kwa nafasi ya kukua na Wewe kwa upande wetu, kila hatua ya njia. Tuongoze Baba, katika jina la Yesu.

Amina!

UNASEMAJE?

"Hiyo itakuwa 19096.99."
Lakini sina ya kutosha
Nini naweza fanya ili kupata mboga hizi?
Mimi njama na mpango na ajabu
Jinsi nilivioachwa na upande mfupi wa fimbo.
Baada ya yote nimekuwa nikipitia?
Maisha yangu.
Ujana wangu ulikamatwa na mjomba
Baba aliondoka
Mama alikuwa katika shughuli za kazi
Mwanafunzi fukara wa chuo
Na mahali fulani penye mstari
Nilitoa maisha yangu kwako.
Naona wengi
Wamejaa maovu na kinono cha dhambi
Lakini hata hivyo hufanikiwa.

Unasemaje?

Sina ufahamu
Ya upole wangu
Kuwa walivamiwa
Kwa wale ambao wanakula njiwa mpole
Mimi ni kwa ajili yenu?

Unasemaje?

Uponyaji
Useja
Wakili juu kidogo
Kwa kuaminiwa na kiasi
Siwezi kuamini Wewe huwapa wengine imani
Hata hivyo wakulaani Wewe
Au labda si mcha Mungu
Nilidhani Watoto wako walikuwa na ufanisi
Hii inahusu nini?

Kitabu

Zaburi 73: 16-18 (NLT)

"Kwa hiyo mimi nilijaribu kuelewa kwa nini wabaya wanasitawi. Lakini nini kazi ngumu ni! Kisha nilikwenda katika patakatifu yako, ee Mungu, na mimi hatimaye kueleweka hatima ya waovu. Hakika wewe kuziweka katika njia utelezi na kuwatuma kuteleza juu ya mwamba kwenye uharibifu. Hakika wewe huziweka katika njia utelezi na kuwatuma wateleze juu ya mwamba kwenye uharibifu."

Tafakari

Mkristo mwovu na wasio wakristo wanaonekana kufanikiwa sawa? Wana kila kitu sisi kama waathirika twatesekea kwa kila siku. Sisi huteseka kwa uhuru wa kifedha, nyumba ya ajabu, familia nzuri, kazi kubwa, mume upendo kwamba sisi tulisubiri siku zote za maisha yetu , na orodha inaweza kwenda juu. Kuna mifano mingi ambayo inaweza kumkoshwa mtu kutokana na kupokea baraka kwa itatolewa juu yao ya kila siku, ikiwa ni pamoja na mnyanyasaji yako. Lakini kama aliyenusurika amini, wasiwasi wako si utajiri na ustawi wa mtu mwingine, wasiwasi wako ni kutembea na Mungu. Kazi na utajiri hazikufafanui wewe ni nani. Iwaangazie mwanga juu AMBAO wewe ni. Kila kitu una, nyenzo na turathi, ni kwa sababu ya Kristo na hakuna matendo yako mwenyewe. Kukiri baraka juu ya maisha yako, uponyaji na amani, badala ya sehemu yako halali. Mbali na hilo, hazina yako si hapa duniani, aliandika mbinguni (Mathayo 6: 19-21 NIV).

Maombi

Mungu, Binti yako amepitia mengi sana na anakutegemea Wewe umpe ushindi kwa yale amekuwa akikuaminia. Maombi yetu ni kwamba umpe mwelekeo na uamuzi wa tai linapokuja suala la kuishi kwa ajili ya Ufalme Wako. Uhai wa waovu tayari umeamua Wewe, hivyo sisi hatuna wasiwasi. Kubadili mwelekeo wetu wanaoishi kwako Wewe na Wewe kupata utukufu katika kila kitu tunafanya. Katika jina la Yesu.

Amina!

YEYE HUPAMBANA

Naumia
Je, huwezi kuona,
Nimepigwa
Na mikono ya mtu
Ambao nilikuwa chini ya uangalizi kwa ajili yangu.
Ukweli ni kuwa
Mimi nina kimya
Kutoka katika mikono yake kali
Na mivuto ya fujo.
Lakini zaidi ya hapo kutokana wewe kuniangalia mimi
Kuhimili miaka ya matumizi mabaya,
Utata wa upendo na tamaa saa unono wake.
Kilio kwa sababu hakuna dhahiri
Wakati unapita mahali pa siri mafichoni yanijia.
Wewe ndio sababu yangu kusimama
Akilini mwangu
Lakini siwezi kusaidia kufikiri
Kwa nini hukukomesha hali hii?
Nastahili jibu
Wewe ulikuwa mpita njia
Ulinzi na amani hazikuwa juu yangu.

Nani alisema nilikuwa mtazamaji asiye na hatia?
Moyo wangu kuumiza kila wakati kupokea mgomo.
Au ilikuwa aliwajali huku milango ikiwa imefungwa.
Roho yangu anaishi ndani yenu,
Akasema kwa sauti kila chozi.lilifanya kutoboa katika moyo wako.
Kila ndoto ndoto.
Mimi vita kwa njia kabla ya
Kuwa wazi maono ya upweke na machozi.
Kwa sababu roho yangu Mtakatifu anaishi ndani yako
Mapambano yangu tayari alishinda.
Siku wewe waliona faraja amani, Roho Wangu Mtakatifu vita adui na
alishinda.

Kitabu

Kumbukumbu 20: 4 (NLT)

"Kwa sababu Bwana, Mungu wenu atakwenda na wewe! Yeye kuwapigania juu ya adui zenu, naye atawapa ushindi! "

Tafakari

Mimi najiuliza kwa nini Mungu aliruhusu 'niwe wa kudhalilishwa kingono. Mimi najiuliza kwa muda mrefu sana kama Yeye aliona kila kitu kilichotokea. Jambo pumbavu kusema sivyo? Naam, kama Mungu yuko kila mahali na anaweza kufanya kitu chochote kwa nini yeye hakuniokoa mimi? Swali nilijiuliza ilikuwa, 'nani anasema yeye hakuona kila kitu kilichotokea?' 'Nani anasema yeye hakuniokoa? `Nilianza kufikiri na kuwa na mazungumzo na Mungu na akasema," Itabidi kupambana kwa ajili yenu. "Katika nyakati ambapo tulidhani Mungu hakuwa pale, Alikuwa. Katika nyakati ambapo sisi tulitaka mtu angeweza kuona kinachoendelea, Alikuwa huko. Mungu huwa machungu wakati sisi huumia kwa sababu kipande cha kwake anaishi ndani yetu, Roho Mtakatifu. Roho Mtakatifu alitumwa ili uwe "kubwa ndugu" kulinda na kukuongoza wewe mpaka kurudi kwa Kristo. Na kwa sababu Yeye anaishi ndani yenu, Yeye alishinda vita! Inaweza kuonekana kama haki imekuwa aliwahi kwa sababu kila kitu kilichotokea na wewe, lakini Mungu naendelea wewe kwa kutuma Roho Mtakatifu. Ni juu yetu kukiri uwepo wake na kumruhusu kuendelea kupambana kwa niaba yetu.

Maombi

Bwana, imekuwa ni barabara Ngumu. Barabara ngumu ambayo inatusababisha kuuliza maswali ya iwapo Wewe ulikuwa uko au la. Lakini Mungu! Tunatambua Unaweza kuona na kujua kila kitu na ilikuwa chini ya magoti yako na sisi kila saa twakupigia kelele. Asante kwa kumtuma Roho Mtakatifu ili kuwafariji na kushika mioyo yetu katika nyakati za kukata tamaa. Kwa maana tunajua kwa sababu Roho Mtakatifu anaishi ndani yetu, sisi ni huru kuamini kwamba Wewe ni ulinzi wetu. Asante, tunaomba hayo katika jina Mwana wako.

Amina!

SHUGHULI YA IMANI

Waefeso 2:8 na Waroma 12:3 hutueleza sisi wote tulipewa kiasi cha imani. Kama haukutambua ulikuwa na imani, tunajua kwamba umekuwa nayo tangu siku uliyozaliwa tena. Ni kwa njia ya imani yenu Mungu anaweza kufanya kazi kwa ufanisi katika na kupitia maisha yako.

Kufikiria juu ya maisha, wakati mwingine sisi huweka mkazo sana juu ya matokeo na waache mkakati. Kwa matokeo ya mwisho kabla yako na hakuna mkakati wa kufika huko unaweza kuwa hatari sana. Imani yako ni chombo halisi kwamba unahitaji kuwa na kushindwa-ushahidi mkakati wa kupata ninyi kwa njia ya kitu chochote katika maisha ambayo itakuwa inadumisha kiwango chako cha matumaini katika Baba yetu.

SHUGHULI YA IMANI

Kuweka hatua yenu ya imani katika sura ya siku za nyuma, kuna mambo kadhaa unaweza kufanya. Katika kuhakikisha imani yenu ni katika sura ncha-juu, lengo namba moja ni kuwa thabiti. Joshua 1: 8 inasema, "Utafiti Kitabu hiki cha mafundisho daima. Yatafakari maneno yake mchana na usiku hivyo utakuwa na uhakika wa kutii maneno yote yaliyoandikwa humo. Tu basi utakuwa kufanikiwa na kufanikiwa katika mwenendo wenu. "Kwa hiyo, tuna kuungana na Mungu kila siku. Katika zoezi la leo, hapa ni wachache tips juu ya jinsi ya kuungana na Mungu kila siku:

1. Tenga muda, kila siku, ambapo kutumia muda na Mungu. Muda wa siku unaweza kuwa wakati wowote kuwa wewe una uwezo wa kupata mahali fulani ya utulivu na kusikia kutoka kwa Mungu.

2. Soma Neno lako kulingana na ibada, kama vile njia za uponyaji, kwa kusoma sura, au kusoma tu kuanzia mwanzo hadi mwisho wa Biblia. Mara baada ya kukamilisha kusoma yako kwa siku hiyo, kuomba na kuuliza Mungu kuzungumza.

3. Tumia muda mtulivu, na kusubiri kusikia Mungu kukupa uwazi juu ya nini kusoma na kuomba juu. Kuuliza kwa maelekezo mahsusi juu ya kile anahitaji kufanya kwa siku.

Ni katika utulivu wetu sisi hupata ufahamu na mtazamo juu ya mambo ambayo yanahusiana na Mungu. Yeye ana uwezo wa kuzungumza na sisi na wazi mpango wake. Je, si kuchukua muda huu kwa nafasi. Kama wewe kufanya hivyo mara kwa mara, baada ya muda imani yako itaongezeka na kukusababisha wewe kua katika hekima na imani katika Kristo.

WAKATI NA MUNGU

Kuwa thabiti kwa toa muda wa Mungu katika maisha yetu ya shughuli na bughudha inaweza kuwa vigumu. Lakini ni kwa wakati huu tunaweza kusikia Baba yetu na kupata zana na mchango mkubwa sana katika siku zetu. Leo, sisi huchukua muda wa mahsusi kumuomba Mungu na imani yetu kwa njia ya kusoma Neno, kuomba na kufunga juu ya neno atakupeni (tafadhali soma ukurasa ii kwa kufunga mwongozo).

1. Soma Zaburi 119: 18.

2. Omba na kumuuliza Mungu kufungua macho yako na Neno kama unaposoma kila siku. Mwombe akufunulie maeneo katika maisha yako ambayo inaweza kumzuia kwake akizungumza waziwazi kiasi cha kuweza wewe kuongeza imani yako. Wakati Mungu anatoa maeneo hayo, kuwa na uhakika wa kuandika yao chini na kuomba na kumuomba Mungu jinsi ya kutolewa mambo hayo kutokana na maisha yako.

3. Kufunga na kutafakari muda wako ulitumia na Mungu leo.

UAMINIFU
& MSAMAHA

MIMI SITAKI

Baada ya yote yanayosemwa na kufanyika
Mimi Nimebaki hapa ili kukabiliana
na
wewe
Inayolikabili mawazo yangu
Kujaza tabia yangu
Kudhulumu hisia zangu
Kutamatisha ndoto zangu
Kweli, sina nafasi tena
Na hata kufikiria
Jinsi ya kukabiliana na yote ya kumbukumbu
Wewe ulilazimisha katika ubongo wangu
Pazia yako umaarufu
Yangu lilipimwa X ukweli utoto TV mfululizo
Kucheza siku ndani na nje siku
Katika filamu yangu mchezaji hodari
Mara moja uliitwa ubongo

Sitaki kuwapa uhuru
Wakati nimejishika mateka mwenyewe
Hii Ni aina gani ya mfumo wa sheria

Sitaki kukupa usiku mtulivu
Na ndoto ya amani

Sitaki kukupa kipande changu mimi
Hiyo ni hatari tena
Ya kutumiwa na kukataliwa

Sitaki kuwapa

Msamaha.

Kitabu

Mathayo 18: 21-22 (NLT)

"Petro alikuja kwake na kuuliza," Bwana, ni mara ngapi lazima mimi kusamehe mtu ambaye dhambi dhidi yangu? Mara saba? "" Hapana "Yesu akamjibu," saba mara sabini. "

Tafakari

Kwa andiko hilo, najua wewe ni husema "Mungu ni anachekesha!" Najua jinsi hujisikia, kwa sababu nilisema hiyo pia. Kama aliyenusurika, hutaki kusamehe chochote anayekunyanyasa amefanya. Hukuuliza kuwa ilikiuka, wala gani kuuliza kwa maumivu ya kutisha na kumbukumbu umekuwa umewachwa nayo. Nini inafanya mtu wa kutisha kuwepo haki kusamehewa? Katika ukweli yote, kwa mujibu wa mtu, hawana haKi ya kusamehewa kwa aliokufanyia wewe. Lakini kama muumini ambaye anatafuta uponyaji, ambapo unafikiri uponyaji huanza? Huanza na wewe, mwenye kusamehe na kuikabidhi kwa Mungu. Nakumbuka siku nilijua Mungu alikuwa wito mimi kusamehe, mwenye kuniyanyasa. Ni uzito juu yangu hivyo nzito kwa sababu nilihisi kana kwamba nilikuwa naishia katika uwezo wake bandia ambayo umekuwa imara juu yangu kwa miaka. Nikikusamehe, nitaonekana dhaifu na kila mtu kujua hilo. Lakini nilipewa neno hili kwa Mungu, "Nina mambo mengi kwako kuishi na ambayo huishi kwa sasa." Ikanijia. Nilipotia hasira zaidi kwa kumbukumbu za mambo zisizosameheka kwa unyanyasaji wa kijinsia, ndivyo nilikuwa naruhusu mnyanyasaji wangu kuishi urithi ndani yangu. Nilihisi siku huru baada niliamua kusamehe kwa sababu kuna mambo mengi nikasema kwamba kamwe kufanya kwa sababu ya unyanyasaji. Niliapa mimi kamwe kutokuwa na watoto kwa sababu nilikuwa na hofu ya mtoto wangu msichana au mwanangu thamani ananyanyaswa. Alikuwa na mimi si akageuka juu kwa Mungu, mimi isingekuwa huru kutoka utawala wake na mimi bila kuwa na uwezo wa kusema leo kwamba siwezi kusubiri kupata watoto! Kwa sababu Kristo anatuamrisha kusamehe, najua unataka kujua, "yaliyomo ndani yake kwa ajili yangu?" Nini ndani yake kwa ajili yenu ni amani, uwazi na uhuru wa kuishi zaidi ya ndoto yako kabisa!

Maombi

Mungu, dada yangu anaumia. Naelewa maumivu yake ya kutaka kushika mnyanyasaji wake mateka, na kile kilifanyika kwake kwa muda mrefu. Naomba Wewe uanze kufanya kazi ya mabadiliko katika moyo wake na katika akili yake, kuwa wa kuishi naye katika uhuru kama ulivyomuunda aishi. Msimguse katika maeneo ambayo ni katika maumivu ya kina kirefu na hofu ya mambo yajayo juu ya msamaha. Leta amani yake zaidi ya ufahamu wake kwamba itakuwa kuvuka nje ya uwezo wake binadamu kuelewa. Natumaini mapenzi yako ya kusamehe na kuwa huru tayari umefanya. Katika jina la Yesu.

Amina!

YEYE

Asubuhi mwishoni mwa usiku na mchana mapema
Ilionekana kuwa ni jambo yake.
Anthony Hamilton's-Float inacheza
Kama yeye yuko tayari kuwa kitu chochote yeye anapenda.
Yeye anapenda jinsi yeye hufanya yake kujisikia
Kama mwanamke ambaye huangalia tu mtu mwingine kushinda mbio.
Juu kutoka maili ya tabasamu na kukumbatiwa
Kwamba imechukua yake duniani kote katika akili yake.
Yeye anapenda jinsi yeye anaendeleza mtiririko wa ugavi
Kwa ajili ya matumizi yanaoonekana kutokuwa na mwisho.
Kamwe kugeuka mbali
Wake wengi wavumilivu mzabuni.
Lakini yeye alianza kujisikia tupu
Inaonekana kana kwamba yeye anaenda chini.
Lakini kamwe kwa mikono ya kota
Ambaye alichukua faida ya uzoefu wake kabla ya kukomaa
Katika upendo na heshima.
Nilisikia anania mwenyewe
Na daima anadhani matendo yake ni ya siri.
Ambao yeye huamini yeye milele kuwekwa huru
Kutokana na yote ya asubuhi marehemu na usiku mapema?

Mimi huwa mwaminifu
Ni mimi.
Na mimi Napendo ngono.
Mapenzi na mmoja mbaya
Mapenzi na mmoja halali
Kama yeye ni Mkweli kwangu.
Msichana ambaye anamjali
Katika wakati huo.
Ukweli ni kwamba
Najichukia.
Kwa sababu kwa kweli
Sijui jinsi ya kumpenda kwa moyo wangu
Na hazina yangu takatifu.
"Upendo" umenidhuru
Na mimi nina tu kurudia nini naona.
Vitendo vya aibu
Na matendo ya mshangao
Mimi nataka tu kupata uhakika
Ambapo mimi kumsamehe yeye,
Mimi ni nani haswa.

Kitabu

Wafilipi 3:13 (NLT)

"Hakuna ndugu zangu, mimi bado si wote nitakuwa, lakini mimi kuelekeza nguvu zote za nguvu zangu juu ya jambo hili moja:. Kusahau siku za nyuma na kuangalia mbele kwa nini uongo mbele"

Tafakari

Nakumbuka siku niligundua nilikuwa na tatizo ngono. Aliyekuwa mpenzi wangu akaniambia, "usijitoe mara ya kwanza mtu anauliza kwa ajili yake." Naam KUWA alinipiga kofi katika uso, na alijaribu tu kufanya ngono na mimi. Aliamka na kutembea kwa njia ya mlango baadaye alisema maneno hayo halisi kwangu kabla ya kuondoka. Nilihisi uso wangu umeanguka chini nilikaa hapo na kuangalia mlango wangu ulivyofungwa na mtu huyu na akaweza kutembea kwa njia hiyo. Inakuwaje mimi sioni nilikuwa na tatizo kwamba nilikuwa kulishwa na yote ya upendo hasi kwamba nilipata kama mtoto? Bila shaka napenda kuona! Sikujua kwamba nilikuwa natoa upendo wangu kwa uhuru, nilifikiri kwamba ni nini watu wawili katika upendo hufanya. Mimi ni mmoja tu ambaye alikuwa na wakati huo Nilipotambua kwamba alikuwa amefanya kitu ambacho kilikuwa nje ya yangu "kawaida" tabia kutokana na hisia umeiweka ya kujamiiana? Asante kwani hukunioacha mimi dada! Kuwa wa kuelewa na kusamehe na wewe mwenyewe kuwa wewe walikuwa wazi na kutojua mafunzo kutenda katika namna ambayo wewe ulitenda kujamiiana. Unaweza hata kujisikia hatia kwa ngono kwamba uzoefu wakati wa vitendo vya ngono kwamba hawakuwa na kibali. Elewa, miili yetu ilifanywa kwa kuguswa na kichocheo ngono na kwa sababu tu mwili wako ulijibu, dhidi ya mawazo yako, haina maana unyanyasaji wa kijinsia ambayo yalifanyika ulikuwa sahihi. Jisamehe mwenyewe kwa tabia yote hasi kwa sababu ya matumizi mabaya ni lazima. Kwa nini kuuliza? Ni njia pekee ya kuiponya ajili yako mwenyewe na kujua wakati wa kushiriki na kufurahia nao ngono safi katika siku zijazo!

Maombi

Bwana, najua kwamba mimi kwa hiari niomefanya kosa kwa sababu ya uzoefu wa kijinsia kwamba nilikuwa wazi . Ninakuuliza Wewe sasa hivi Unisamehe kwa yote nimefanya kwa kunajisi mwili wangu, ambao ni hekalu lako. Bwana, naomba kwamba Wewe uponye moyo wangu na ngao yake kutokana na maumivu zaidi. Niponye mawazo yangu na kuondoa picha zote na vitendo mimi nimefanya kutokana na kumbukumbu ambazo zinaweza kuitukana nafsi yangu. Tafadhali naomba kuhisi upendo wako na msamaha ninapojisamehe mwenyewe na wengine. Katika jina la Yesu.

Amina!

KUFULI UP

Nimekaa hapa katika kiini yangu
Siwezi kuamini mimi nilifanya yasiotarajika.
Mimi ni nani
Nipate dhambi dhidi Watoto wako wenyewe?

Mimi husimama kwa mikono yangu
Kwenye baa baridi
Kutikisa yao na kurudi,
Kana kwamba mimi si kushikilia ufunguo
Kujiweka huru .

Mimi husimama katika ukimya
Kukumbuka mambo yote yaliyofanyika kwangu,
Msichana mrembo, wasio na hatia .
Mimi husimama katika ukimya
Kukumbuka yote nimefanya
Kuleta nyuma kwamba
Msichana mrembo.
Chama, Moshi, Jinsia, Ngono,
Yote kukaa katika jela pamoja nami.

Ninapo geuka kuchukua kiti
Kutosamehe juu yangu,
Nilijaribu kukaa
Lakini nilikuwa na wasi wasi,
Barabara hii ni zaidi ya kuweza kubeba.

Nilifikia ndani ya mfuko wangu
Na kuangalia ufunguo
Unaofungua mlango
Kuniweka mimi bure huru.
"Mimi si mali ya hapa"
Nilisikia mwenyewe nikisema
Mimi hushika Zikifanya
Lakini leo itakuwa siku ya mwisho.

Nilichukua ufunguo na kufungua kufuli ,
Nilipopita nje kwa uhuru
Nikaskia Kutosamehe ikisema,
"Usinisahau!"
Mimi nilikuwa na hofu
Kwa sababu sisi tulikaa pamoja kwa kiini hicho kwa muda mrefu.
Inakuwaje kumondokea rafiki na si kuhisi majuto?
Naendelea kutembea kuelekea kwa uhuru,
Nikagundua, Nimekuwa na uchaguzi daima.

<u>Kitabu</u>

Yohana 8:36 (ESV)

"Hivyo kama Mwana amekuweka huru, mtakuwa huru kweli kweli."

<u>Tafakari</u>

Tumekuwa katika jela yetu wenyewe kwa muda mrefu. Tumekuwa tumefanyika mateka na matumizi mabaya ya siku za nyuma yetu kwani tuna hatujui kushikilia funguo ya uhuru wetu. Katika siku hasa nilipokuwa naandika ibada hii, nilikuwa ninaomba kwa ajili ya uponyaji kwa wanawake ambao wamedhalilishwa kijinsia. Mimi pia nilikuwa ninaomba msamaha kwa baadhi ya mambo nimefanya katika maisha yangu kutokana na unyanyasaji. Ingawa matumizi mabaya yaliletatabia, bado nahitajika ili nichukue jukumu langu mimi. Mungu alinionyesha mimi kama mfungwa ameshika celi ya kiini yangu nikiangalia nje. Lakini kulikuwa na 'watu' katika kiini yangu na mimi na mtu kubwa ni ukosefu wa msamaha. Sio tu kwa mnyanyasaji wangu lakini kwa ajili yangu pia. Jisamehe mwenyewe. Nawahimizeni kwa kuweka mwenyewe huru kutoka uongo wa adui nawaambia, kamwe kufanya hivyo kwa kupitia maumivu au Mungu kamwe kujisamehe wewe.

<u>Maombi</u>

Mungu, moyo binti yako unavuja na kutosamehe. Tunajua kwamba msamaha ni mchakato lakini nakuuliza Wewe, hivi sasa katika jina la Yesu, kuongeza kasi ya mchakato. Wewe si Mungu wa wakati nakuuliza kwamba Wewe uione hoja kwa niaba dada zangu 'haraka mlete mahali pa uhuru na nafasi ya amani. Mpe Uhuru! Natumaini na kuamini kiini cha jela yake kimebomolewa na yeye anatembea katika uhuru sasa! Katika Jina la Yesu.

Amina!

NINA KILA KITU

Mimi nina kufa j ndani
Sijui nini cha kufanya
Uzito chumba cha nguvu
Na sala za watu wengine
 Hazitanikurekebisha kusonga na miguu yangu mwenyewe.

Changamoto siku baada ya siku
Kutojali matusi ya familia
Kuchafuka mtazamo wangu mwenyewe.

Kusoma na kusoma vitabu
Kupata maarifa na ufahamu
Mimi ni nani kwa Mtukufu
Ni kama, katika sikio moja na nje kwa nyingine
Mimi huchagua kuishi kipofu.

Mpaka nikaona ukweli
Umeandikwa wazi katika hewa nyembamba
Nimekuwa pamoja na vifaa
Kwa miaka ya kusoma
Kitu pekee ni
Nilikuwa na hofu sana na hoja ya miguu yangu.

Mwanamke mdogo
Kushoto, kulia, kushoto,
Kuangalia nyuma juu ya maisha yako
Na kutambua
Mungu hakukuacha wewe peke
Yeye anaishi ndani yenu.

Fungua macho yako na kuona
Ni imani katika mwenyewe
Ambayo imekuweka wewe
Katika kutembea kwa uhuru
Haki ndani ya hatima.

Kitabu

Waefeso 6: 10-13 (NLT)

"Neno la mwisho: Kuwa imara katika Bwana na mwingi wa nguvu zake. Kuweka juu ya yote ya silaha za Mungu ili uweze kuwa na uwezo wa kusimama imara dhidi ya mikakati yote ya shetani. Kwa maana sisi si mapigano dhidi ya maadui mwili na damu, lakini dhidi ya watawala waovu na mamlaka ya ulimwengu usioonekana na mamlaka makuu katika ulimwengu wa giza na dhidi ya roho mbaya katika maeneo ya mbinguni. Kwa hiyo, kuweka juu ya kila kipande cha silaha za Mungu hivyo utakuwa na uwezo wa kupinga adui katika wakati wa uovu. Kisha baada ya vita utakuwa kusimama imara."

Tafakari

Ni mara ngapi huwafikia wengine kuwaambia nini tayari unajua? Au bado bora, wewe tu kusahau kwamba una maarifa na Vifaa za kuamri maisha yako? Mara nyingi, imani yetu kwa wenyewe ni risasi kama waathirika wa unyanyasaji wa kijinsia. Uwezo wetu wa kuamini Mungu ndani yetu kwa kutuchukua kwa upande wa pili wa huzuni ni haupo mara kwa mara. Kiasi gani tena kumruhusu kumbukumbu za maumivu ya siku za nyuma yako kuamua uwezo wako wa kuishi katika uhuru? Mungu ana vifaa vyako wewe kuishi katika nchi yake nzuri kwa amani na wingi. Amini kuna nguvu ya kuishi kupitia neno la Mungu na wewe ni mmoja tu ambaye anaweza kuamsha siku yako kukamilisha na kuendelea na Njia yako ya uponyaji.

Maombi

Bwana, Asante kwa ajili ya kuondoa kifumba macho mbali na sisi tunapotembea kwa njia ya maisha siya kuamini wenyewe kwa maarifa na nguvu umetupatia. Kutukumbusha mara nyingi, zote za masomo Unatufundisha ili tuweze kutumia ni kwa amri maisha yetu na kupigana na adui kama yeye majaribio kupanda dhidi yetu. Asante kwa mwelekeo mpya katika Wewe. Katika jina la Yesu.

AMINA!

WIMBO & NGOMA

Mimi kuchukua hatua moja
Yeye anachukua mbili
Je,-si-nini sasa
Kuchukua mstari wake.

Piga Kofi magoti yako
Pekecha na pekecha
Kuonyesha rangi yako
Wewe msichana mzuri.

Mimi kuchukua hatua moja
Yeye anachukua mbili
Je,-si-nini sasa
Kuchukua mstari wake.

Bomba miguu yako
Tabasamu kubwa halisi
Mtu anakupenda
Mtoto wapendeza.

Mimi kuchukua hatua moja
Yeye anachukua mbili
Je,-si-nini sasa
Kuchukua mstari wake.

Zunguka na kuruka
Na kucheza siku zote
Hiyo ni jinsi mnyanyasaji
Huwa na njia zao.

2 Timotheo 3:13 (NLT)

"Lakini watu waovu na wadanganyifu itakuwa kustawi. Nao watadanganya wengine na wenyewe kudanganywa."

Tafakari

Si wanyanyasaji wote ni wakubwa, wachoyo, na wabaya. Baadhi yao wana furaha, furaha, mzuri / mzuri na tu si mtu ambaye inafaa maelezo ya "mtu ambaye atafanya hivyo." Baadhi yetu huaanguka katika mikono ya upendo sana mtu furaha ambao vibaya kwetu, kama mtoto au kama watu wazima. Kama hii ilikuwa njia ya kulevya yako ilitokea, kwa njia ya kucheza, tunajua kwamba bado ni makosa yako. Kudanganywa na imani ilikuwa kutumiwa kuchukua faida yako wewe. Uwezo wako wa imani watu wengine ambao fit maelezo ya furaha na furaha upendo mtu anaweza kengele wewe. Mimi hukemea madhara ya unyanyasaji yako kutoka mtiririko katika uwezo wako wa kuwa na marafiki na imani ya wengine.

Maombi

Bwana, ndugu yangu alikuwa anachukuliwa kwa faida ya, njia ambazo ni za ajabu sana. Lakini muhimu zaidi, nafsi yake ilichukuliwa. Mimi nauliza kwamba Wewe uchukue nafsi yake na kuwasha upya. Ondoa tabia zote hasi, kudanganywa, na kutoaminiana iliyotumiwa kuchukua faida yake ambayo yeye sasa amechukua juu . Mpe nguvu zake, amani na furaha kama yeye anataka kuchukua nafasi ya furaha kumbukumbu bado matusi ya utoto wake. Weka amani kamilifu. Kurejesha imani yake katika watu wa Mungu. Katika jina la Yesu.

Amina!

SHUGHULI YA IMANI & MSAMAHA

Hii si sehemu ya aibu, aibu, hatia, kushindwa au utupu. Hii ni sehemu ya marejesho, amani, nguvu, ujasiri, furaha na kushinda kina cha nyuma yako! Kama sisi panda juu ya ufunguzi hadi kusamehe wanyanyasaji wetu na kujiamini sisi wenyewe, tafadhali weka nia ya wazi na tunajua kwamba huu utatokea katika muda wako. Hakuna shinikizo kusamehe anayekunyanyasa leo.

Kwa mujibu wa Wakolosai 3:13 (NLT), "Jaribu kuelewa watu wengine. Kusameheana. Kama una kitu dhidi ya mtu, msamehe. Hiyo ni njia Bwana alivyowasamehe ninyi. "Kwa dalili hizi huo, sisi si msamaha kutoka kusamehe wanyanyasaji yetu. Baadhi ya waathirika huhisi kwamba, kama kusamehe, mwenye kunyanyasa wao ni kuruhusu matumizi mabaya au mnyanyasaji ni kutokuwa kuwajibika kwa matendo yake. Hii inaweza kuwa mbali zaidi na ukweli.

Najua unajua maneno haya, "msamaha sio kwa mtu mwingine, wake kwa ajili yenu." Si kutosamehe mtu inatufanya tusipokea kile Mungu ametuwekea sisi kupokea. Fikiria kwa msisimko juu ya kutoa zawadi kwa mama yako na yeye anasimama mbele yenu na msisimko. Unampa kwa mkono wake bagili mpya 24k dhahabu 6ct tennis bangili kwamba yeye daima alitaka lakini yeye ni kufanya juu ya zamani, kupasuka ujazo zirconia bangili yeye anaamini ni kitu halisi. Si kwamba kuna kitu kibaya na zirconia za ujazo, lakini tu si kitu halisi. Mama yako atakuwa anafanya juu ya kweli za uongo.

Kama tuna uwezo wa kusamehe mambo ya siku za nyuma yetu, tunauwezo wa kujifunza jinsi ya uaminifu wenyewe na wengine. Kwa miaka mingi, pengine kuwa alitambua kuwa haikuwa rahisi kuamini familia, marafiki, washirika wa kimapenzi, wenzake na / au wewe mwenyewe. Yohana 14: 1 (NLT) hasa anatuita, "Je, si basi mioyoni mwenu. Mwaminini Mungu, na imani na mimi pia. "Kuamini Inaonekana kama moyo kuuma na uchaguzi waoga, aina ya kama msamaha.

Ninapotembea njia hii sawa, Nakumbuka "kuamini" watu, nikagundua kwamba mimi kamwe siamini watu, mimi nilikuwa najihami. Mimi huruhusu watu wengine kufungua kwangu lakini mimi kamwe mwenyewe kuruhusiwa kuwa katika mazingira magumu na kufungua kwao. Tumeitwa kuwa katika uhusiano na kila mmoja (Warumi 12: 5), lakini ili kuwa katika uhusiano, inabidi kujifunza jinsi ya uaminifu.

Sadaka uaminifu na msamaha haina uthibitisho kwamba mtu atabadilika lakini itabadilisha baraka mtapata. Kutembea kuelekea uhuru pamoja nami na kufanya uchaguzi muhimu kwa afya yako, akili, mwili na roho.

SHUGHULI LA AMANI & MSAMAHA

Labda unahitaji kusamehe mmoja wa familia ambao hukubali dhuluma, wanajua na kutojua, mnyanyasaji wako, au muhimu zaidi yako mwenyewe. Mara nyingi hutokana na matumizi mabaya, sisi hushiriki katika tabia mbaya au kupata sifa zenye aibu kukubali. Wakati tunaendelea na zoezi la leo, weka moyo wako msingi wa kutolewa aibu, woga, maumivu na majuto.

Katika zoezi hili unahitaji yafuatayo:

• Daftari karatasi katika kata mraba

• kalamu

• bakuli

• Maji

MAELEKEZO

1. Jaza bakuli yako na maji.
2. Andika kwenye kila kipande cha karatasi, kama wengi kama unataka, mambo, watu au hali ambazo ni kufanya wewe nyuma kutoka kusamehe anayekunyanyasa, wewe mwenyewe, au mtu ambaye kujua au kwa kutojua kukubali unyanyasaji. Kuwa waaminifu (yaani aibu, woga, furaha, jinsia, mama, baba, fedha, siri, nk).
3. Mara baada ya umeandika kila kitu chini, mara kila kipande cha karatasi na kuzama kwao katika bakuli la maji na kuangalia yao kuwa mifuniko.
4. Sasa chukua bakuli na kumwaga maji yako katika choo.
5. Mwisho, kuvuta!

Kama wewe kuangalia kila kipande cha karatasi kuwa iliyokuwa na kufunikwa na maji, kumbuka kwamba mambo hayana uzito tena. Unaweza kujaribu kufikia nyuma katika na kuchukua kila kipande cha karatasi, lakini tena ina thamani na fomu, kama vile matumizi mabaya ya zamani. Kukumbuka kama wewe uko juu ya njia ya uponyaji, unaweza kutaka kuchukua nyuma hadi mambo yale uliyavuta mbali leo. Kila wakati unataka kuchukua nyuma hadi mambo haya, basi leo kutumika kama mpole mawaidha, yamevutwa mbali na maisha yako ya baadaye yameenda milele.

WAKATI NA MUNGU

Katika muda wako na Mungu leo, tafuta hekima yake inayohusiana na uaminifu na msamaha. Tambua kwamba msamaha niya kutoa madeni. Tunaweza kujaribu kutoa visingizio kwa matumizi mabaya, hata hivyo, kuchukua hatua ama mapenzi tu kufunika sisi kupata mizizi ya kutuumiza. Kwa miaka ya kudanganywa, kusikia ukweli wako mita wazi inachukua muda. Leo tutakwenda mbele ya Baba yetu na kuuliza kwa uwezo wetu wa imani na kusamehe haki ya watu, na uwezo wa uaminifu wenyewe, kupitia sala na kufunga (tafadhali soma ukurasa ii kwa kufunga mwongozo). Konda katika juu ya Mungu na hekima yake kama hii ni mbaya kwa ajili yenu. Kuchukua hatua zifuatazo kama wewe kuleta matumaini na msamaha mbele za Mungu:

1. Soma Mithali 10:12 na Yohana 16:12-15.

2. Kuwa na maalum katika maombi yenu na kuomba Mungu jinsi anavyotaka wewe kuelekea kwenye uhuru kupitia msamaha. Kuomba na kumuomba Mungu kama ni salama kwa wewe kutoa msamaha kwa anayekunyanyasa kupitia njia mbalimbali za mawasiliano (yaani katika mtu, barua, barua pepe, maandishi, Skype nk). Safari yako kuangalia tofauti na mtu mwingine. Kusema naye na kumwacha kujua sababu kwa nini mnataka kuweka hisia zako na uwezo wa uaminifu, na wewe mwenyewe.

3. Kufunga na kutafakari muda wako ulitumia na Mungu leo.

MAREJESHO

UHURU

Mimi nachagua amani.
Mimi nachagua upendo.
Mimi nachagua heshima.
Mimi nachagua neema.
Mimi nachagua uhuru.

uhuru wa kuwa
mwanamke wewe uliniumba kuwa
bila vivuli vya
shaka
hofu
na mawazo ya wakati ule
kwamba uhuru wangu kuwa na furaha msichana
alichukuliwa kutoka kwangu.

Mimi nachagua msamaha.
Mimi nachagua kujisalimisha.
Mimi nachagua unyenyekevu.
Mimi nachagua uhuru.

Ni wewe tu unaweza huru akili hii.
Ni wewe tu unaweza huru roho hii waliofugwa.
 furaha yangu inakaa ndani yako.

na kama ukiniuliza mimi
kuweka mizigo yangu chini
Nasema kwa Uhuru "nitafanya".

Kitabu

Wagalatia 5: 1 (NIV)

"Ni kwa uhuru kwamba Kristo ametuweka huru. Kusimama imara, basi, na si lazima wenyewe tena kulemewa na minyororo ya utumwa."

Tafakari

Mpenzi kuna kitu bora zaidi kuliko kuwa HURU! Kuwa huru kuwa mtu wa kipekee Mungu alikuumba uwe. Huru kutoka mitego ya yale yako ya zamani kujitoa wewe. Huru kutoka kuondokana ya uzima wako kuteleza kati ya mikono yako laini. Huru kutoka uongo watu wamepanda katika akili yako. HURU! Njia yako ya kuwa kurejeshwa ni juu yako. Lakini inakuchukua wewe kumuunga maumivu, kumuunga hofu, kumuunga uwezekano wa mkutano mwanamke mpya baada ya safari yako ya uponyaji. Huyu mwanamke mpya ni nani ukiuliza? Wewe!

Maombi

Baba, Naomba Binti yako anaendelea kukuzingatia anapotembea katika uhuru. Bwana, wewe ulituahidi uhuru hata hivyo ni juu yetu kusimama imara, tukiamini Tayari umetuweka huru kutoka mitego na hofu ya siku za nyuma yetu. Asante kwa msingi imara ambayo imekuwa kujengwa kwa dada yangu kusimama juu bila hofu ya kusita huku na huko. Hallelujah kwa jina lako na sifa Wewe kwa kuonyesha dada yangu njia yake ya marejesho na uhuru! Katika jina la Yesu.

AMINA!

NIREJESHE

Nimevunjwa
kwa vipande kwamba ni Hazitambuliki
Mwanamke mchanga

ambao hupatikana furaha kwa upepo
kupiga siku ya jua
na kuzikwa chini ya kifusi
ya vurugu, hofu, machozi, na maumivu

Nimefanya vita kwa muda mrefu
Na hata kupigana katika usingizi wangu

Rejesha amani yangu baba
Rejesha ndoto yangu
Rejesha furaha yangu
Nirudishia kwa mara
wakati sikujua
nini walihisi kwa kutumiwa

Najisikia mawazo yangu kuweka huru

Ninapokuomba
Kwa upole wanikumbusha

Nakurejesha wewe sasa
hatua ya kwanza ya marejesho
ilianza wakati uliniuliza
Nirejeshee amani yangu baba
Nilikuja mbio.

Kitabu

Isaya 42:16 (ESV)

"Na mimi nitasababisha upofu njia hiyo hawajui, katika njia wasizozijua atawaongoa. Nitageuza giza mbele yao kuwa mwanga, maeneo mbaya ndani ya ardhi ngazi. Haya ni mambo mimi nitafanya, na mimi sitawaacha."

Tafakari

Kumbuka wakati ulikuwa hauna hofu ya kuwa karibu na watu? Ni alitoa wewe Ilikupa furaha kuendesha huru kama mwanamke mchaga. Ni nini kilichotokea kwa mwanamke? Yeye bado anaishi lakini amechukua kitendo cha kumwomba Mungu kwa ajili ya uponyaji na kisha kuchukua hatua ya kwanza. Katika yote yako maumivu, kuchanganyikiwa, na hofu, upande wa pili wa hatua hiyo ni marejesho. Kupata nguvu ya kujua wakati si wewe au Mungu anazungumza. Amini Mungu aliyendani yako!

Maombi

Bwana, binti yako anataka kufanywa upya tena. Yeye anataka kuvunja huru kutokana na taabu ya unyanyasaji wa kijinsia nyuma yake. Kwako Baba, yote hufanywa wapya na tunaomba baraka maalum za marejesho juu ya binti zako, ambapo atajisikia furaha, amani, usalama, mara moja, na upendo. Kwa hoja yake kwa kujiamini katika madhumuni yake kujazwa siku zijazo. Asante kwa ajili ya marejesho. Katika jina la Yesu.

Amina!

CHEKETO & VYUMA CHAKAVU

Njano, nyeusi, nyekundu
Wote kwa sauti ya bubu.
Machungwa, njano kijani
Kwa sauti ya neno.
Mabaki yangu
Umeng'aa na mahiri
Kujaribu kuja pamoja
Kufanya mfano wa amani
Kwamba mtiririko kwenye ghorofa ya ngoma
Kama mimi pekecha.

Hakuna uzi vipande pamoja
 Vipande vingine visiyo vya kawaida
Pande ni kipimo
Na miamba kuanza kuanguka kutoka kitambaa
Pondwa kwa vumbi na rundo kusimama
Katika mguu wa anayejulikana kwangu.

"Hizi rangi na viraka haviambatani
Hivyo mimi itabidi nileta mengine zaidi wiki ijayo. "
Alitabasamu wakati aliaanza kuongea.
"Naweza kutumia kile tulichonacho
Sijawahi kuona uzuri ule. "

Pande ni kipimo
Mikono na miguu huanza kufanya kazi
Na mwelekeo kuanza fomu.
Napenda kuwa na mambo kadhaa ya kuongeza
Kama kitani safi na hariri
Laini na kugusa
Wote wa cheketo wangu na vyuma chakavu
Kuangalia kama ni hautakuwa wa kutosha.

Anayejulikana yangu ataacha,
Ni kama mawazo yangu yalisemwa kwa sauti,
"Niachie ubunifu
Cheketo na vyuma chakavu ni wa kutosha. "

Mikono na miguu huenda kwa kasi
Na Kito ni kuwa alifanya
Sawa mbele ya macho yangu
Pekecha na ngoma na neema hizo
Kwenye ghorofa ya ngoma ya maisha
Anaweka vipande vya mkono wangu
Na anaongea,
"Rudisha hii ya juu, na kumbuka jina langu
Na urejeshe wengine kwangu
Kuwaambia kuleta vipande vyao pia
Pambazua Moyo wangu
Wewe kujigamba kuvaa vipande wenu
Kuunganishwa pamoja nami. "

Kitabu

Hosea 6: 1 (NLT)

"Njoo turudi kwa Bwana. Yeye ametugeuza kuwa vipande; sasa yeye atatuponya. Ametujeruhi sisi; sasa yeye atafunga jeraha zetu."

Tafakari

Una vipande gapi vya cheketo na vyuma chakavu kwa maisha yako? Zimetapakaa Kila mahali mpaka umesahau zilipo. Katika safari yangu ya uponyaji, Nimekuja kujua kwamba Mungu anatumia kila kitu tumekuwa tukipitia. Kila kitu hutumika kama somo au kama chombo kwake ili kupata utukufu katika maisha yako. Lakini muhimu zaidi, ni kuishi katika uhuru. Kuleta yote kwa mikono ya Mungu. Kila kipande chako wewe, hata vipande ambavyo havina mantiki, na kuangalia pamoja vipande, na nyuzi za kwake, kwa kutembea kwa ujasiri na neema kwenye ghorofa na ngoma ya maisha.

Maombi

Mungu, mioyo yetu imevunjika, kupigika hadi miguu, akili kuchoka na nafsi ziko tupu tunahaja na Wewe.Ni Wewe tu ambaye unaweza kutumia kila kitu tunacho na kugeuza ndani vipande. Hivi sasa, tunakuabudu na Asante kwa kila kitu Wewe hufanya na umefanya kurejesha vipande vyetu viliyoonekana havina maana. Naomba utangaza kila kipande cha dada yangu kwamba anahitaji uzi wako maalum kwenda kupanda yake nyuma pamoja katika maeneo. Asante kwa vazi ajabu kwamba yeye kuvaa kwa kiburi. Asante kwamba wengine Wataona Wewe kama yeye huvaa nguo yake maalum kwa kujiamini. Twakuheshima Wewe kama Mwalimu anayejulikana, ambaye anatumia kila kipande cha maisha yetu kwa kutuletea kwa uhuru. Katika jina la Yesu.

Amina!

WAJENZI WA NYUMBA

Mimi huweka umbali wangu wakati mwingine
Hofu ya kile ili kuangalia kama
Kama mimi basi wewe kabisa upya kwangu.

Kuchukua yangu ya ngazi ya pili
Zaidi ya ufahamu wangu
`Aa miongoni mwa wakubwa na malkia.

Wewe kujenga hekalu yangu
Kwa vipimo yako kamili
Bila ya ushirika wangu
 kukata, kunyoosha, kufinyanga, msumari na gundi.

Ndani yangu natetemeka,
"Unafanya nini?!"
"Ouch !!!"
"Mimi sitaki hayo!"
"Mbona Wewe hufanya hayo?"

Sina majibu kutoka Kwako
Awali.
Wewe huendelea kufanya kazi
Hunizungusha
Na tetesi katika masikio yangu.

"Kukatwa kwako kulikuwa huru Kwako
Kutokana na kumbukumbu za kutisha siku za nyuma yako
Na kukupa nguvu
Unahitaji kutembeza miguu yako
Hivyo siwezi kufinyanga akili yako ya kila siku
Kuona kwa nini mwanangu alisulubiwa
Ashikanishe maisha yako pamoja tena."

Warumi 8:37 (NLT)

"Hapana, licha ya mambo yote, ushindi ni yetu kwa njia ya Kristo, aliyetupenda."

Tafakari

Ni mambo gani sisi waaminifu huamini baadhi ya mambo sisi kwenda kwa njia ya maisha yasiyo kwa faida yetu. Tujalie, furaha wakati mambo hutokea, lakini tunachukua hatua nyuma. Kilichotokea kwako kuwa kugeuka kwa manufaa yako? Labda unahitaji kufanya mapitio ya maisha yako kutoka miwani ya Mungu. Chukua matumaini dadangu. Kila kitu Mungu anachofanya katika maisha yako ni hatua karibu na wewe kuelekea ushindi katika maisha yako!!!

Maombi

Mungu, sisi twatangaza ushindi dhidi ya maisha yetu hivi sasa. Ingawa hatuelewi kwa nini sisi humewezwa kupitia maumivu ya siku za nyuma yetu, tunaomba kwamba Wewe upunguze hofu zetu na maumivu ya kujenga maisha yetu kwa ajili yetu. Tufundishe jinsi ya kukuamini Wewe kwa sababu hakuna Baba atawaacha au kudhuru mtoto wake. Wewe ni wa ajabu katika mambo yote wewe hufanya na sisi hufukuza nje hofu ya kukua katika mwanamke mzuri wewe ulituumba kuwa. Utukufu wote na mali nikwako kwa kugeuza roho iliyovunjika katika mwanamke wa kifalme. Asante mapema kwa ajili ya marejesho na amani! Ni katika jina Mwana wako tunaomba.

Amina!

KARAKANA YA KUUZA

YO!
Ni nini kinachoendelea?!
Hii ni mambo yangu!
Nini inatoa haki ya kuuza!?

Nataka kilio kwani mimi huona kila kitu kutoka maisha yangu
Kuweka mikakati juu ya sanda
Kufanya maisha yangu ya zamani kukaa mazuri.

"Kila kitu ni cha kuuza!" Ananikemea.

Nani mwanamke huyu?
Ni kama maisha yangu yamepangwa
Katika muundo imara
Kwa kila mtu huja kwa urahisi
Na kuchukua wanachopenda .

Mimi nina aibu
Kutembea chini ya meza
Kuona yote ya nini yeye anayo
OH NO!
Tafadhali usiniambie ... ..
Yeye alifanya kila kitu!

Moyo wangu wakimbia unataka kujificha
Picha za ngono
Uongo
Siri
Kidogo mungu
Yote yamejipanga
Kama siafu.

Nilipoamka kutoka ndoto hii ya kutisha
Kufahamu thamani yake
Kila kitu lazima kiende
Chini ya kuwasilisha Wake.

Maisha yangu si yangu mwenyewe
Na uhuru natafuta
Wacha kila mtu kuchukua wanachotaka
Mambo hayo kamwe si mali yangu mimi.

Zaburi 90: 8 (NLT)

"Wewe hueneza nje dhambi zetu kabla-dhambi zetu na siri, unaweza kuona yao yote."

Tafakari

Niliamka kujazwa na wasiwasi nikishangazwa na mwanamke huyu wa ajabu ambaye alijua yote ya siri zangu na hivyo alikuwa kibarua katika kuwekewa kila kitu huko nje. Kisha nikashika, kama nimewasilisha maisha yangu kwa Kristo na kumuuliza kunifanya mimi mzima, kulikuwa na mambo zinahitajika kujikwamua. Kama safari yako na nafasi ya amani ya uponyaji huanza ili kuharakisha, nini mahitaji ya kwenda juu ya kuzuia mnada? Nini hazina dhambi kufanya unahitaji kujikwamua? Kuruhusu Mungu kutafuta moyo wako kwa njia na kupitia kuwafichua kila kitu ambacho si kama yeye. Ni kwa njia ya mwanga `aa gizani ni sisi na uwezo wa kupona tena tu.

Maombi

Baba, sisi twakuja mbele yako kuomba msamaha. Msamaha kwa mambo tumefanya hiyo siyo ilivyokupendeza na inaendelea kututoa kuwa milele hivyo karibu na wewe. Mungu sisi twashukuru kwa kuwa neema ya kutosha kuruhusu sisi nyuma katika uwepo wako na kuoshwa safi katika damu yako. Sisi kuchukua si wepesi nafasi ya kupona katika Ufalme Wako. Bwana, sisi twamfunga mikono adui ambaye hujaribu kutushika sisi na laana yoyote ya vizazi ambayo ingeweza kutushika katika utumwa na kutengwa na upendo wako na marejesho. Asante na tunakupenda Wewe kwa yote Wewe utafanya na umefanya katika maisha yetu. Tafadhali tuonyeshe jinsi ya kukubali neema yako na upendo wako. Ni katika jina la Yesu tunaomba.

Amina!

MAREJESHO

Kujengwa juu, lenye chini na umeandaliwa na ujenzi wa awali ni mfano wa marejesho. Taarifa ufafanuzi ni pamoja na, "umeandaliwa kwa ujenzi wa awali", ambayo ina maana ya msingi na muundo wa ilijengwa na kusudi.

Wewe haukuumbwa kuwa wakushindwa na lenye chini, ila uliumbwa kustawi. Unyanyasaji wa kijinsia ilikuwa ni lengo la kuua wewe lakini neema ya Mungu inaendelea kwako. Matengenezo ni pamoja na, kulipuka juu, kutupwa mbali na kwa muda fulani, kuwa katika kutokamilika.

Sehemu kubwa ya marejesho ni matokeo ya mwisho. Na inaweza kuangaliwa kama wewe ni uwezo wa kuendelea na Njia za uponyaji, lakini sehemu ya ajabu ni, kujengwa yako.

SHUGHULI ZA MAREJESHO

Katika shughuli ya leo, lengo la mchakato wetu wa marejesho itakuwa kujisalimisha. Ni katika hatua ya kujisalimisha, kwamba tunaweza kikamilifu kurejeshwa nyuma ambao Mungu alikusudia tuwe. Katika Zaburi 37: 7 (GW), "Jisalimishe mwenyewe kwa Bwana, na subirini kwa ajili yake. Je, si kuwa kuchukuliwa zaidi na [mhalifu] ambaye amefanikiwa katika njia yake wakati yeye hubeba nje mipango yake "Angalia maandiko yanasema," subirini kwa ajili yake ".. Kujisalimisha kila kitu kwa Mungu baada ya yote una uzoefu kupitia matumizi mabaya itachukua muda. Lakini ahadi ya Mungu katika Joel 2:25 inatupa matumaini.

Katika zoezi hili unahitaji yafuatayo:

1. Kioo
2. Maji
3. Kijingo
4. viungo (6-7 viungo zitafanya)

MAELEKEZO

1. Chukua glasi yako na kujaza nusu na maji.
2. Kuanza kuweka kila kitu kutoka viungo baada ya kuchaguliwa kuwa ndani ya glasi ya maji.
3. Chukua kijiko chako na kuchochea viungo mpaka kabisa mchanganyiko uwe pamoja.
4. Sasa kunywa! (utani tu)
5. Chukua glasi yako na kuiweka chini ya bomba la maji jikoni.
6. Fungulia bomba yako kuanza kuruhusu maji safi kushinikiza viungo vyote katika glasi mpaka liendeshe maji safi.

Kama tu glasi ya viungo, hivyo mara nyingi sisi kuruhusu dalili na maumivu ya siku za nyuma yetu kuwa mchanganyiko pamoja na sisi kwa makusudi ya kunywa kila siku. Ni kama sisi ni hujihudumia wenyewe g maumivu kila siku wakati sisi huchagua kujisalimisha kila kitu katika siku za nyuma yetu juu ya Kristo. Ni tu kupitia kujisalimisha tunaweza kuoshwa safi na kupona, wameamua kurudi kwa kazi yetu ya awali, ambayo ilikuwa ishara kwa maji ya bomba safi. Kupitia kujisalimisha, inachukua muda wa kurejeshwa kwa wazi kila kitu nje ya sisi kwamba si wake. Kumbuka, Roho Mtakatifu mara zote anaishi ndani yenu (glasi ya maji), ni tu ilichukua muda wa Yeye kuwa wazi na wewe.

WAKATI NA MUNGU

Marejesho inaweza kuchukua muda mwingi zaidi na fedha kwa sababu ili si kwa uharibifu wa muundo wa awali kwamba nimesimama, una kuwa na bidii na makini. Lakini kuondoa kile tena ni muhimu na badala yake pamoja na vitu kuwa ni kufaa zaidi, ni hiyo zawadi wakati bidhaa ya kumaliza ni kamili. Kupitia sala na kufunga leo (tafadhali soma ukurasa ii ajili ya uongozi kufunga), Mungu atawafunulieni tamaa zake kufanya kazi ndani yenu, ambayo itakuwa kuondoa mawazo yote hasi na hisia:

1. Soma Luka 8:38-48.
2. Omba kwa Mungu kuhusu hamu yako ya kuwa umeamua, tu kama mwanamke wa kutokwa damu. Ilikuwa ni imani yake na imani katika Mungu kwamba amepona, ingawa yeye alikuchukuliwa wadudu kwa jamii. Kumwomba akufunulie maeneo katika maisha yako ambayo yanahitaji marejesho na kukupa uwezo wa kukubali hekima kufanya kazi kwa njia ya marejesho yako.
3. Kufunga na kutafakari muda wako uliotumia na Mungu leo.

UZURI

SEASHELLS

Wewe Ulioachwa nyuma
Kuoza na kuishi tena.
Wewe ulioachwa nyuma
Na kutunza mambo sana
Ya kukupa maisha
Uzuri wako na pekee.
Wewe ulioachwa nyuma
Kutumiwa kwa nini moja
Au ulidhani itakuwa ya matumizi ya bure.

Wewe ulioachwa nyu....

.....LA! wewe haukuwa kamwe nyuma
Mimi nilikukusudia wewe kwa mawazo kama,
'Atafanya nini?'

Ulikuwa.....

Lakini mbali kama jicho uchi anaweza kuona
Hakuna mtu alikuelewa wewe ila Mimi,
Hukuachwa nyuma
Nilichagua wewe, hasa.

Kuwa huru!
Kutumiwa kwa utukufu Wangu!
Kubadilishwa kwa ushindi wangu!
Hakuna mtu alijua kwamba
Sasa mmeoshwa pwani
Kwa kuwa uchukuliwe na mimi.

Kitabu

Warumi 8:11 (NLT)

"Kwa hiyo, sasa hakuna hukumu kwa wale walio katika Kristo Yesu."

Tafakari

Nilikuwa nimeketi na kutafakari pwani asubuhi moja, kitu ilikuwa ilinifunulia kwa kuangalia seashells. Seashells ni Kamati za Wabunge tupu ya wanyama kwenye mwambao. Watu wengi matumizi yao ya kutupa saa wengine au wao ni tu kupuuzwa na kupitiwa juu. Kuwa pambo haina maana kwamba wetu historia unyanyasaji wa kijinsia unaweza kutukumbusha, ni maisha ya seashell. Bila kujua kwamba kuna uzuri katika kile 'cha histioria, kumsafisha pwani na tu kuwa.' Mungu hasa pale awali akasema nami kama mimi huweka juu ya bahari, wakipiga kelele kwa kusikia sauti yake. Yeye alinipa Seashells kuwakumbusha kwamba walikuwa waliochaguliwa tu kufua pwani na kuwa kupuuzwa au kujisikia vibaya kwa yote yale yaliyotokea na wewe. Wewe ni Zaidi ya hayo, na Yeye ALIMCHAGUA ninyi mna uzima kwa utukufu wake wa kipekee na wakati mwingine ajabu!

Maombi

Mungu, Binti yako wakati mwingine anahisi haina maana, hata hivyo pambo ya urembo. Mungu Ninakuuliza kwamba Umjaze na kusudi, pamoja na upendo wako, na huruma zako. Nakuuliza umwonyeshe kwamba anaweza kuhisi hivyo sasa, kwamba yeye aliundwa kuwa zaidi ya uso nzuri kwamba watu mara kwa mara huona. Nakupenda na ninakushukuru kwa safari kwamba yeye hakurudi kwani kchaguliwa na Wewe.

Amina!

UREMBO

Nililia leo
nililia
Kwa sababu Yeye aliniambia mimi nilikuwa mrembo.

Nililia leo
nililia
Kwa sababu ilikuwa mara ya kwanza
Nilikuwa na uwezo wa kumwangalia katika macho
Na kuona uzuri, dosari zote.

Nililia leo
nililia
Kwa sababu nilihisi nyuzi za binafsi na shaka
Kutojithamini, kutoka mwili wangu
Kwa kamwe sirudi

Nililia leo
nililia
Kwa sababu ni faraja kubwa sana kwa tabasamu nyuma saa yake
Anaonekana adui

Nililia leo
nililia
Kwa sababu kwa mara ya kwanza
Niliona mimi
Kito yake kamilifu.

Kitabu

Maneno ya Sulemani 4: 7 (NIV)

"Wewe ni kabisa nzuri, mpenzi wangu, hakuna kasoro katika wewe."

Tafakari

Sisi mara nyingi tunadhani kwamba uzuri wetu umetoweka wakati matumizi mabaya yetu ulifanyika, na kamwe kutokea tena na tena. Lakini tunajua kwamba Mungu alituumba, kwa mfano wake, kwa kuwa nzuri si tu kwa wengine, lakini kwa wenyewe. Kama Mungu anavyiotia nyimbo tamu katika masikio yako leo, tunajua kwamba wewe ni mzuri kwake na kuthubutu kuchukua kuangalia katika kioo leo na kuona Kito yake MREMBO!

Maombi

Bwana twasema Asante kwa siku hii. Twakuheshima Wewe kwa ajili ya kutujenga tuwe gem nzuri. Tafadhali msaiadie dada yangu kuona mwenyewe kama wewe kuona wake, Kito nzuri. Bwana, ondoa maumivu yoyote kwa moyo wa binti wako wa thamani 'inayohusiana na uzuri wake na imani yake. Mpe macho ya kuona viumbe wako wa ajabu, yake. Kwako, mambo yote yaliyotolewa mpya. Utukufu kwa jina lako!

Amina!

TABASAMU & MTINDO

Natabasamu
Unasema "Wewe ni mzuri!"
Nina mtindo
Unasema, "wewe unakaa mrembo!"
Ni kama mimi niko katika picha
Kusubiri kwa mkurugenzi wa ubunifu
Kunipa hoja yangu ijayo.

Lakini Tofauti tu ni
Huu ni ukweli
Na wewe hujui
Nini i nyuma ya tabasamu & mtindo.

Mimi na tabasamu & mtindo
Kwa kujificha maumivu.
Mimi na tabasamu & mtindo
Kwa kujificha chini kujithamini.
Mimi na tabasamu & mtindo
Kukuhadaa kuamini
Nina yote pamoja
Lakini mimi nikama
Marehemu.

Unaweza kudhani mimi nimeoza
Kama chakula cha wiki
Lakini jambo moja ameniweka kuhifadhiwa
Mungu.

Amenifumbua macho yangu kuona
Kwa nini mimi waliamua kutabasamu & mtiondo
Na kujisikia vizuri ndani yangu
Hivyo sasa wakati unaweza kuona mimi
Mimi mwanga
Kwa sababu Mwana anaonyesha.

Kitabu

Wafilipi 1: 6 (NLT)

"Na mimi nina hakika kwamba Mungu, aliyeanza kazi njema ndani yenu, ataendeleza kazi yake mpaka ni hatimaye kumaliza juu ya siku ile ya Kristo Yesu anarudi."

Tafakari

Mimi nina hatia. Hatia ya kutania watu waamini niko sawa siku ya maisha yangu kwa kuvaa nguo nzuri, jozi mbaya ya viatu na tabasamu. CHOCHA! Mimi nilikuwa navunjwa na yote ya pongezi hizo ajabu hawakufanya kitu kwa Kuziba shimo lililokuwa juu ya ndani yangu. Si mpaka mimi kweli imara na uhusiano na Mungu alifanya mimi kuanza kufahamu tabasamu yangu na visigino juu. Ilichukua Mungu kweli uponyaji jeraha yangu, maumivu, hasira, kutosamehe, mateso, wivu na hivyo zaidi kwa ajili yangu na kuthamini mwanamke kwamba mimi ndiye. Yeye ni Mmoja tu ambaye anaweza kukufanya nzima, si tabasamu bandia au nzuri ngozi imeshikana. Kwake tu! Lakini napenda kusema, wakati Yeye huponya kabisa nafsi yako, kutupa juu ya almasi hizo, mbaya jozi ya visigino na tabasamu yako nzuri tu kusababisha Mwana kuangazia kupitia wewe mengi zaidi!

Maombi

Baba, Binti yako ni mzuri nami nauliza kwamba Unaweza kumpa uponyaji wake wa ndani Bwana wake. Hakuna kitu ambayo inaweza kuchukua nafasi ya uponyaji wako na upendo wako katika maisha yetu. Mimi nauliza kwamba Wewe kuchukua nafasi ya "mambo" kwamba wamekuwa kuchukua nafasi yako katika maisha ya dada yangu, na Wewe. Timiza ahadi yako kwenye moyo wake kwa moyo wake kumtafuta Wewe katika mambo yote Bwana. Una kazi ya kukamilisha katika Binti yako na njia hii kwa uponyaji kuamsha maeneo yote ya madhumuni yake kujipanga. Nakupenda nauliza kwamba wewe uendelee kufundisha yeye kukuamini. Katika jina la Yesu.

Amina!

ALMASI

Nakuona,
Wang'aa zaidi,
Tamaa ya mwanamke,
Almasio thamani kiasi usio.

Nakuona,
Kupasuka kwa nyuzi
Kwa kiwango cha juu zaidi.

Nakuona,
Unang'aa kama mionzi ya mwanga,
Kuruka kwa kioo,
Akawapofoa kwa yeyote inaonekana.

Nakuona,
Jeshi la kawaida,
Na tabasamu lako kubwa,
Wewe ni kila kitu na zaidi.

Nakuona,
Ukiwa na hadithi ya kweli,
Ili Baba yenu kuumbeni
Kuwa bila alama na kung'aa mno.
Nakupenda,
Kwa Njia zote.

Kumbuka kwamba Baba anapenda
KILA sehemu yako!

Kitabu

Mathayo 5:16 (KJV)

"Ni lazima mwanga wenu uangaze mbele ya watu, wapate kuyaona matendo yenu mema, wamtukuze Baba yenu aliye mbinguni."

Tafakari

Ni kitu kuhusu mwanamke ambaye ana amri chumba. Amri chumba kwa mtindo, darasa, neema, lakini muhimu zaidi, Mungu aliye hai ndani yake. Mimi naangalia mwanamke kama wewe. Unaweza kuwa na ndoto ya kuwa wewe au mawazo ya mwenyewe kama "kwamba mwanamke" kila mtu anatamani. Lakini ni wewe. Mwanamke kuwa ni wewe kwa sababu wewe huishi maisha ambayo imejengwa nje ya majivu na shinikizo. Kito zaidi c, almasi, linatokana na udongo na matope ya majivu na shinikizo. Almasi hunang'aa mahali pa giza. Kuamini kwamba unastahili kuangazia tu kama almasi wakati huu katika maisha yako. Umetolewa kutoka udongo na matope na umekuwa msasa kuangazia!

Maombi

Kuruhusu mwanga wako uangaze kupitia kwangu Baba ni jambo la heshima nawezi kufanya kwa ajili yako. Kwa Nimeishi maisha ya hofu, maumivu, aibu na wengi sifa nyingine ambazo naweza kufikiria lakini mara moja Nilikualika Wewe kuishi ndani yangu, yote ya minyororo wale hasi ya maisha yangu ya zamani walikuwa kuvunjwa. Asante kwa nafasi ya kuwa chombo hai kwa wengine kuona nini Unaweza kufanya na vipande vimevunjika. Mimi Najinyenyekea unapoendelea kunionyesha mimi ambaye mimi ni kupitia wewe. Kwa Jina la Mwana wako Naomba.

Amina!

MIMI

Sioni mimi
Mimi naona moja kwa moja kupitia
Wakati mimi kuangalia katika kioo.

Nywele juu ya hatua
Mistari za suruali hawaonyeshi
Urembo hauna dosari.

Lakini namchukia mwanamke
Ambaye anajenga vivuli
Hiyo ni kujaa kwa chochote.

Nini ilinifanya mimi kuona
Chochote ila ni kuachwa
Ya vipande vya bure?

Sijui,
Nadhani naweza kusema
Nimekuwa daima waliona njia hii.

Mwanamke ameumbika na ana sauti
Kama mtu anachukua yangu ajili ya mtihani wa kuendesha gari,
Wakati gesi tank yangu ni juu ya E.

Nilipatwa na uchovu wa kuwa chochote siku moja
Nikaomba maombi ya dhati.

Bwana, je utaifanya upya roho yangu na nyuzi mimi?
Sijawahi kuliona furaha au tabasamu katika nafsi yangu.
Mimi najua kuwa tu hapa
Kwa muda mrefu kama ilichukua wewe kuanza huduma yako
Lakini najua mimi si nani au ni nini kuwa mimi.
Nionyesheni kila kitu inachukua kuwa mzuri
Warembo na wanaoishi kwa ajili yenu.
Ni Aibu
Lakini natumaini kwamba ninapoishi siku zangu
Wewe nipe furaha nahitaji kucheka na kujisikia huru.

Kitabu

Zaburi 139: 14 (ESV)

"Ninakushukuru kwa kuwa mimi ni wa ajabu ya kutisha. Ajabu ni kazi yako; nafsi yangu unajua vizuri sana."

Tafakari

Ni mara ngapi wewe hujisikia mwenyewe kusema, "Wewe si kitu!" "Wewe ni mnono!" "Wewe si mrembo!" Naweza kusema nilihisi halisi kwa njia hiyo hiyo. Mimi nilikuwa sielewi jinsi mimi nilikuwa anaenda kupata nje ya shimo la giza, sikuweza kuona njia yangu nje. Nilikuwa nimechoka kusikimajadiliano hasi kuhusu nani Mungu aliniumba kuwa katika kichwa changu mwenyewe. Nilianza kupata uchovu wa kusikia mabaya tena na tena, Mungu alijitambulisha kwangu, nilikuwa nikiongea dhidi ya viumbe vyake. Mimi aliuliza kwa njia ya kuona mwenyewe jinsi Anaona mimi na Yeye alinipa fomula. Kusema maneno mazuri juu ya maisha yangu kila wakati nikasikia mawazo hasi. Wakati nilianza zoezi hili, ilionekana bandia kidogo kwa sababu mimi ilikuwa natumiwa kusikia ukweli uongo. Lakini niliendelea kulisha mwenyewe matunda mazuri, nialianza kuamini kuwa ni hivyo, kila mtu mwingine! Mungu si shauri la mchezo wa hila wewe kuamini wewe ni kikamilifu alifanya kwa ajili yake. Ni shauku yake kwa wewe kuamini ili uweze kuishi jinsi Yeye anataka uishi kwa ufalme wake.

Maombi

Kama dada yangu ni kujazwa na hasi binafsi mayakinisho Bwana, tafadhali muonyeshe yeye ni nani, kama njia unamwona. Nakuheshimu wewe kwa kuwa hiyo wasiwasi kuhusu pekee yake na kusudi hilo umeweka ndani yake. Msaada wake kuona sehemu mpya ya kila siku yake, ndani na nje, kwamba ni nzuri na maalumu kwako. Asante kwa ajili ya kuondoa kifumba macho na mawazo kuharibu na tabia ya kuwa ni kuweka kutengwa yake kutoka kwa kuona kiini safi ya uzuri wake. Twakuheshima wewe kwa kutufikiria. Tunaomba hayo katika jina la Yesu.

Amina!

SHUGHULI YA UREMBO

Kwa mujibu wa Dove Utafiti Ukweli Kuhusu urembo: , 4% tu ya wanawake duniani kote kufikiria wenyewe warembo (hadi kutoka 2% mwaka 2004). Katika uaminifu wote, 100% ya wanawake duniani kote wanapaswa kufikiria wenyewe warembo. Kwa mujibu wa Mwanzo 1:27 (NLV), "Na Mungu alifanya mtu kwa sura yake mwenyewe. Katika sura ya Mungu Yeye alifanya yake. Yeye alifanya wanawake na wanaume. "Ni jinsi gani wewe si kuhisi mzuri kujua wewe uliumbwa kwa mfano wa Mungu? Ni aina ya pigo kwa Mungu ili kujenga kwa mtu binafsi vile, lakini bado kwa mfano wake na kukataa wewe ni nani.

Ukweli ni kwamba, wanawake ambao hawajisikii warembo yanachochewa zaidi na aibu na mbaya kitendo cha unyanyasaji wa kijinsia. Hakuna njia adui walidhani ungekuwa milele kutokea kutokana na majivu ya maumivu yako, lakini Mungu alijua na kuona tofauti wakati kakuumbeni. Wewe si kitu tu wewe uliumbwa kwa utaratibu na makusudi. Uzuri ni kwa wale tunaona kila siku kwenye televisheni au katika magazeti. Uzuri ni kwa kila mtu aliye hai, na kuwa ni pamoja na wewe!

SHUGHULI KLA UREMBO

Katika zoezi la leo, tutagundua sisi ni nani katika macho ya Mungu. Kuchukua muda wa kikamilifu kujua nini Mungu anasema kuhusu sisi muhimu. Ni inatupa kipekee na ya binafsi mtazamo kwamba dunia haituonyeshi sisi.

Katika zoezi hili unahitaji yafuatayo:

1. Kitambaa cha uso

2. Usoni sabuni

3. Maji

4. Kiio

MAELEKEZO

1. Osha uso wako kwa sabuni yako usoni kuondoa mafuta yote.

2. Panguza uso wako safi.

3. Simama mbele ya kioo yako na kuangalia kila inchi ya wewe, kukaa bila ya mawazo na maoni hasi.

4. Tabasamu.

5. Jiangalia mwenyewe katika macho kwa sekunde 10.

6. Je, unaweza kuona? Tu kutumia "Mimi ni" kauli kama vile, "Nina matumaini makubwa". Kumbuka, kauli chanya tu!

7. Andika kila kitu unasema wewe ni.

8. Kama wewe hawakuwa na uwezo wa kuja na misemo yoyote chanya, soma haya machache: Mimi ni mtoto wa pekee wa Mungu, Muumba wa kila kitu

   a. Mimi ni mtoto wa pekee wa Mungu, Muumba wa kila kitu
   b. Mimi ni mzuri na mrembio
   c. Nina hakika
   d. Najua mimi ni nani
   e. Natoa uoga wote kunihusu
   f. Nina furaha katika ngozi yangu mwenyewe
   g. Mimi zawadi nzuri kwa familia yangu, marafiki, kanisa, na jamii
   h. Niko huru kutoka hukumu ya wengine, ikiwa ni pamoja na mimi mwenyewe

WAKATI NA MUNGU

Mara nyingi sisi huangalia kwa dunia na kuonyesha na kutufundisha jinsi ya kuwa wazuri. Katika ukweli, tunaweza tu kurejea kwa Baba yetu wa kupitisha na kuonyesha sisi uzuri wetu ndani na nje. Wakati wa maombi na kufunga wakati wa leo na Mungu (tafadhali soma ukurasa ii kwa kufunga mwongozo), kupumzika kila shaka juu ya akili yako ya uzuri pamoja naye:

1. Soma Zaburi 139:14.

2. Omba na kumuuliza Mungu akufunulie katika neno lake maeneo ambayo wewe ni mzuri na ni ya kipekee kufanywa na mfano wake. Yatangaza hisia yako ya kweli kuhusu uwezo wako wa kuona mwenyewe kama mwanamke mzuri. Kutoa kila wazo madhara au hatua ambayo inaashiria uzuri wako juu ya Mungu kwa akili yako na roho kuamini wewe ni mzuri.

3. Kufunga na kutafakari muda wako uliotumia na Mungu leo.

UPENDO & MAHUSIANO

NA SIO ZILIZO

Huruma na upendo
Ni kile sisi wote tunataka
Tunapokua katika maua maridadi
Yaliotengenezwa na wapendwa wetu.
Migongo ni kageuka kwa zabuni mengine ya thamani
Na uzuri wangu kupokonywa.

Upendo wangu huanza kuenda chini.

Hofu kuwa s katika mzabibu
Na kuchukuliwa nje na ukoo
Mimi kuvunja katika sehemu niliogopa.
Ugavi yangu ya upendo kulisha mimi siku
Kimesimama papo hapo
Kwa sasa niko ngwea na vumbi.

Anayenitengeneza ameshangaa
Zaidi ya kuvunjika anaona
Yeye huanza kilio
Na anakumbuka mizabibu yake mwenyewe kuvunjwa.

Mtaalamu alikuja katika mji
Kwa sababu Yeye alisikia kilio anayenitengeza Skujiondoa
Yeye alikuja kunifundisha jinsi ya kukua
Katika kila aina ya hali ya hewa.

"Lazima nijue
Jinsi ya kukua na kujilisha mwenyewe
Siwezi kaa namna hii. "
Nasema wakati wa kuzungumza na mtaalamu wangu.

Nilihisi mabadiliko.
Mabadiliko katika ambaye najua mwenyewe kuwa
Anayenitengeneza hajawahi
Kunifanya kujisikia kama hii
Ilibidi kuwa Yeye.

Sasa ni dhahiri
Maisha yangu hautegemei ambaye hunitengeneza
Au kukata kwa kina
Naweza tu kuishi na upendo
Kwa Yule aliniumba.

Kitabu

Yohana 13:34 (NIV)

"Amri mpya nawapa, wewe, mpendane. Kama nilivyowapenda ninyi, hivyo ni lazima kupendana."

Tafakari

Nilimkabidhi mnyanyasaji wangu. Nilifanya uamuzi wa kufanya hivyo nikiiandika ibada hii. Mungu hisia ni juu yangu kwa kuchukua hatua hiyo. Nilikuwa na hofu na nilikuwa hofu ya jinsi gani zote kucheza nje. Niliomba kwa Mungu kuniongoza mimi na kunipa amani mbele yake, na Yeye alifanya. Sijawahi kuona amani kama kuzunguka mnyanyasaji wangu, mimi mara zote makali. Katika mchakato wa mapambano, jambo moja imebakia mara kwa mara, upendo wangu kwa ajili yake. Nilimuona kupitia macho ya Kristo. Mimi pamoja naye jinsi Mungu amekuponya kuvunjika yangu na ni njia yake tu mimi yamefanywa nzima. Niliona wakati Roho Mtakatifu alizungumza naye kama nikaona naye katika macho na tabasamu, kwa sababu najua yeye kusikia sauti yake. Kama nikiondoka nyumbani kwake, rafiki alinikumbusha, "Ulimkumbatia!" Kama mimi ni waaminifu, ilikuwa upendo wa Mungu uliofanya kazi kupitia kwangu. Kamwe bila mimi kuwa na kufikiri mimi ningekuwa amani na upendo kwa mtu ambaye alirarua maisha yangu mbali na umri mdogo. Mungu alinitumia ili mnyanyasaji wangu aweze kuona naye katika mwili. Upendo si lenyewe, Na halijui mipaka.

Maombi

Bwana, Asante kwa kuonyesha sisi nini upendo wa kweli ni, hauna mipaka, hauna masuzo, hauna makali, lakini tu ina Ukweli. Naomba hivi sasa kwamba Wewe kuonyesha Binti yako nini Upendo wako usio na masharti inaonekana kama, upendo wa Kristo.Wateremkia sasa kama kuhama mtazamo wake wa upendo ambao tu Unaweza kutoa, kama yeye ni mshahidi kwa watu wenye hadithi yake. Sisi tunakupenda Wewe na Asante. Katika jina la Yesu.

Amina!

MWANGAZA WA USIKU

Mwezi huangaza
Na kuguza ngozi yangu
Tunapotembea mkono kwa mkono kwenye njia.
Tiwa maji na kiini cha asili uzuri
Umejifinya katika ishara ya upendo.

Alipigwa na hisia
Sijui jinsi ya kudhibiti
Mimi kuruhusu uniongoze nyumbani
Ambapo atakutana wetu ni siku
Nyuma ya kuta nne.

Kama waweze kujadiliana
Wao waliniambia visa vya watu wa mkia wangu
Wazi kwa upendo wa mwingine
Ambaye si mume wangu
Lakini kivuli
Wadudu na barabara ya ukumbi wangu mwangaza wa usiku
Inayomwangazia njia kuelekea kutoka.

Mlango wangu kufunga kwa nguvu kama
Kwamba waniacha kila wakati
Hazina yangu sanduku kufunguliwa kwa mgeni
Ambao hawakuwa katika nyumba yangu.

Mwangaza wangu wa usiku unafanya mwanga
Kwa matumaini kwamba upendo
Nina kutoa wazi
Na kuchukuliwa na mtu
Ambao unaweza tu kuelewa
Mimi kuchagua kupenda njia hii
Kwa sababu mimi si kumruhusu Baba yangu
Kuniponya kabisa.

Kitabu

1 Wakorintho 6: 19-20 (NLT)

"Je, si kutambua kwamba miili yenu ni hekalu la Roho Mtakatifu, ambaye anaishi ndani yenu na alipewa kwenu na Mungu? Wewe si wa wewe mwenyewe, kwa Mungu kununuliwa kwa bei ya juu. Hivyo ni lazima mtukuzeni Mungu katika miili yenu."

Tafakari

Upendo si ziara za usiku. Upendo si chakula cha jioni na filamu na safari nyuma nafasi yako, bila kuolewa. Upendo si tegemezi juu ya jinsi mara nyingi kufua shuka yako. Upendo si wewe kupata viatu karibuni au nywele hivyo unaweza kuwa na ndoto ya mtu. Upendo kama aliyenusurika inaweza kuwa tete mno na nje sana. Yote haya 'mambo' yaliangaza dunia yangu wakati mtu angekuwa 'kutibu mimi kama mwanamke.' Ufafanuzi wa upendo hutoka kwa Kristo mwenyewe,Ukweli ni kwamba, sisi wote tunataka upendo na mapenzi, kuheshimu na kuabudu, lakini hakuna mmoja, na maana hakuna mtu, anaweza kukupa huu kabla una hiyo kwa ajili yako mwenyewe. Ili kutambua na kufahamu ni katika mtu mwingine, una kujua nini inaonekana kama mwenyewe nini. Wewe ni mtu muhimu sana katika nyanja yako ya ushawishi. Utunzaji wa wewe kwanza.

Maombi

Baba, tu Unajua nia na ajenda ya watu tuko katika uhusiano nao. Ninaomba kuwafichua nia yao kwa niaba yetu. Mimi pia nauliza kama Unaweza kumpa Binti yako uwezo wa kujipenda mwenyewe na kuona thamani yake, kama vile Unaweza kuona Bwana yake. Natumaini kwamba Wewe utatoa jozi mpya ya macho ya kuona mwenyewe kama kiumbe kipya, nikanawa katika damu yako na kamili ya uzuri na thamani. Mpatie akili upya kukumbuka maneno yako kuhusiana na kuwepo na ahadi yako kwa maisha yake ya baadaye katika upendo. Katika jina la Yesu.

Amina!

NAMPENDA, NDIO!

"Kimya !"
Hauna wazo
Jinsi mbaya kinywa changu huwa
Hakuna mtu milele hujua
Nimekuzaba kofi wewe katika mawazo yangu
Siyo kila kitu mbaya
Mtazamo wangu kuelekea wengine...
Nina mzigo
Ambao ni kubwa kuliko mimi
Nastahili kukereka.

'Upendo' unavyoonekana katikati ya usiku
Wakati kila mtu ni hulala
Wengi kuuliza
"Mbona hivyo hasira?"
Wanaona mimi!
Mimi wazi
Mimi nilifikiri alikuwa mafichoni kila kitu vizuri.
Mwaliko nyuma, mimi uongo na kusema
"Nimechoka tu...."
Wakati ndani
Mimi nina kamili ya huzuni
Nastahili kukereka.

Kwa kanisa mimi huenda
Kila Jumapili
Siwezi kosa misa
Bwana anibariki mimi
Mchungaji akihubiri upendo,
Bila masharti.
Hofu ghafla
Hivyo watu wengi kuangalia kwangu
Hasira & kuchanganyikiwa
Lazima uende.

Bwana name tuna
Dhamana hakuna mtu anaweza kuona
Akielezea upendo wake
Inanifanya wasiwasi
Ina maana itabidi basi mimi kwenda
Ya yote ambayo imekuwa kujengwa karibu yangu
Kuta ili kulinda moyo wangu
Kuweka kwangu salama kutoka kwa watu wengine.

Mimi huangalia kwako wewe Bwana
Kwa mwongozo wa jinsi ya kuwa
Upendo zaidi, na chini ya historia yangu.

Waefeso 5: 4 (NIV)

"Wala kuwe na mambo machafu, mambo yasiyofaa au utani, ambayo ni nje ya mahali, lakini badala ya kutoa shukrani."

Tafakari

Nakumbuka katika maisha yangu watu kusema nilikuwa mchoyo na baridi. Nilipata hasira wakati watu waliniambia hii kwa sababu nilijua nilikuwa mwanamke ana upendo kwa ndani. Kile kilikuwa ni kwamba nilikuwa naumiza hisia ya kila mtu au kukata yao mbali kwa sababu walikuwa 'hawaeleweki'. Napenda kusema kukosa uwezo wangu kwa kutambua upendo wa Mungu kwa ajili yangu. Sikuelewa Yeye alinipenda kwa sababu nilikuwa mtu ambaye alikuwa vibaya na alifanya mambo mengi mabaya. Napenda mara nyingi kufikiri, "mimi si kitu, jinsi gani Yeye upendo mimi?" Sikuelewa kwa nini Aliweza kumpenda mtu kama mimi, hivyo mimi alianza kweli kitendo kwamba nje. Nilikuwa mbaya kwa wengine kwa sababu sikujua jinsi ya kupokea upendo au kiasi kidogo kuwa upendo. Na hsiku moja, maumivu, huzuni, jinamizi, mahusiano kuvunjwa, yote utakuwa na uwezo wa kusaidia mtu. Lakini hakuna mtu huamini Mungu ni mganga au mtoa kama mimi kuweka hii kujihami tabia up. Mimi nilikuwa na kuomba mara kwa mara kwamba Mungu ataonyesha jinsi mimi mara kuwa na hasira na kwa wengine, kwa kosa lolote yao wenyewe, na badala yake pamoja na upendo wake, neema na amani. Hii ni maombi ya kuendelea mgodi. Wengine ni kuangalia jinsi sisi hutembea uponyaji wetu nje. Je, utaendelea kutumia kisingizio cha matumizi mabaya yako unafanyika kwa kuonyesha upendo wa Mungu? Yeye ni mwenye nguvu kuokoa na anaweza kubadili tabia yako, wewe tu na kumwamini.

Maombi

Mungu, tunajua kwamba upendo wako ni kamili na upendo wetu ni kiujanja. Lakini Mimi twakuuliza Wewe kwa jina la Yesu, Wewe kuvunja tabia hasi wote katika Binti yako kwamba si kuonyesha upendo wako. Sisi ni Mwanga na uangaze miongoni mwa watu wako na utukufu wako uweza uangaze kupitia Binti yako Bwana. Ondoa kujihami vitendo na mitazamo yote katika jina la Yesu. Badala yake pamoja na upendo, upole, wema na matumaini. Katika Jina la Yesu.

Amina!

URAFIKI

Sijawahi kweli kupenda watu
Mara zote hofu yangu
Nilipewa fursa
Hadi sasa mamilionea
Kuwa ni miongoni mwa wasomi
Kuwa miongoni mwa "mnyenyekevu"
Na mimi kamwe sikuridhika katika.
Mimi walionao katika
Katika dunia yangu mwenyewe
Juu ya kitanda yangu
Katika jikoni wangu
Peke yangu.

Sijawahi kweli kupenda watu
Sisi daima tulicheka pamoja, hadharani
Juu ya safari
Wakati mbuga za mandhari
Wakati wa kanisa
Lakini mimi kamwe sikuridhika katika.
Sikuwa walionao katika
Katika nyumba yangu
Juu ya kitanda yangu
Katika jikoni wangu
Peke yangu.

Nimekuwa daima kupenda watu
Ni nini iliniinua mimi
Na hebu nione upande mwingine wa maisha
Utamaduni, maoni, kicheko, furaha na muhimu zaidi, msaada.
Unaweza kuona, jambo hili kwamba nina uchovu wa kuweka chini kwa miaka
Lakini nikliogopa uu kila wakati mimi hukutana na mtu mpya
Ilivyotokea muda mrefu uliopita
Lakini mawazo ya mtu mwingine kupata karibu na mimi, inatisha.

Nimekuwa daima kupenda watu
Mungu alituumba kwanini
Kuwa katika uhusiano
Kiume au kike
Ni jambo la kufurahisha
Lakini siwezi kusaidia kufikiri
Kama kuumiza kutabisha juu ya mlango wangu tena.

Yohana 15:12 (NLT)

"Hii ndiyo amri yangu: pendaneni kwa njia ile ile nilivyowapenda ninyi."

Tafakari

Kuanzisha urafiki inaweza kuwa vigumu kama aliyenusurika. Kujisikia nje ya mahali, na wewe kujisikia tupu kwa wakati mmoja. Au labda kuanzisha urafiki ni rahisi na wewe ni maisha ya chama, kujisikia kama wewe hauridhiki katika haki, na wewe bado wajiona tupu ndani. Imani imekuwa kuvunjwa kama aliyenusurika na kujenga urafiki na afya, pamoja na mipaka ambayo inaleta manufaa, sio vigumu kwa msaada wa Mwokozi wetu! sema sala hii kama njia ya kuwahakikishia wewe mwenyewe, Yeye ni uwezo.

Maombi

Bwana, nataka urafiki na afya kwamba unajenga roho yangu. Urafiki ambayo inaleta manufaa na huru kutokana na hofu, woga, uwakilishi wa uongo, na kamili ya matumaini. Mimi najua kuwa utambuzi wako, Wewe hujenga uhusiano wa ajabu kwamba ni kuniunga mkono mimi na Njia yangu ya uponyaji. Nakusifu Wewe, Kwa Jina la Yesu.

Amina!

UNA NJAA

1 Petro 5: 6-7
1 Yohana 4: 7-8
Zaburi 86:15
Mithali 08:17
Zaburi 136: 26
Wakolosai 2: 6-7
Warumi 5: 8
Maombolezo 3: 22-23
Sefania 3:17
Mithali 10:12
Warumi 8: 37-39
Wakolosai 3:14
Zaburi 18: 1

Mimi nina shibe.

Kitabu

Yohana 3:16 (NLT)

"Kwa maana Mungu aliupenda ulimwengu, hata akamtoa Mwanawe wa pekee, ili kila mtu amwaminiye asipotee, bali awe na uzima wa milele."

Tafakari

Sijui mtu yeyote ambaye anaweza n kumzidi Mungu, hasa katika upendo. Nimesoma vitabu, kujipatia ushauri kutoka kwa marafiki, wengine hata kuonekana kuonyesha upendo, lakini hakuna na hakuna mtu anaelezea na inaonyesha upendo bora kuliko Mungu mwenyewe. Upendo inaweza kuwa wa ajabu, hasa kama aliyenusurika. Tuna ngazi mbalimbali za upendo, ambayo ni kawaida hasa kwa sababu ya hofu na kukataliwa. Nadhani siku ya Kristo aliamua kutoa maisha yake kwa ajili yetu, ilikuwa ni siku ya upendo zaidi katika historia. Hakuna mtu au mwanamke angeweza milele walidhani kwamba kuishi na kufa kwa jina la kuokoa maelfu ya vizazi vya watu, itakuwa moja kitendo muhimu zaidi ya upendo katika historia ya mwanadamu. Hakuna huwezi milele kutoa ya mwenyewe nini Kristo alitoa ya nafsi yake kwa ajili yenu. Lakini nina changamoto ya kuelewa ukubwa wa uvumilivu, amani, uwazi, na muhimu zaidi upendo, ilichukua kwake kusimama katika pengo kwa mimi na wewe. Bomba katika upendo na kuangalia kwake kuanza kutolewa vipande ngumu kutoka duniani moyo wako.

Maombi

Bwana, anapata mgumu wakati sisi kufikiri kuhusu upendo na kuruhusu wengine katika nafasi wanaoishi katika mazingira magumu ya uhai wetu. Naomba sasa kwamba Wewe bidii kuchukua mikononi mwetu kama sisi kujifunza kupenda wengine, kama Wewe ulivyotuamuru. Kutuweka huru kutoka mitego ya kupitia jambo bora ambayo yanaweza kutokea kwa milele yetu, upendo wako. Naomba utulinde sisi kutoka mbwa mwitu ambao mduara kuzunguka sisi kuchukua faida ya sisi katika nyakati katika mazingira magumu. Naomba mambo yote haya katika jina Mwana wako thamani.

Amina!

SHUGHULI YA UPENDO NA UHUSIANO

Upendo na mahusiano ni msingi wa kuwepo kwetu. Sote tunahamu ya kupendwa, kulelewa na katikati ya maisha ya mtu. Kuna aina mbalimbali za mahusiano na mavuno aina mbalimbali za upendo kama vile mahusiano ya kifamilia, rafiki na mshirika mahusiano, mahusiano ya kimapenzi, mahusiano ya kitaaluma na orodha inaendelea. Kwa kweli, mimi nimekosa uhusiano muhimu zaidi milele kuanzisha, uhusiano na Mungu. Sikujua wakati wakupanda juu kwamba hii itakuwa ni uhusiano wangu muhimu zaidi. Kumjua Mungu alifanya maisha yangu ya maana katika nyakati za giza. Sehemu bora ya uhusiano wetu ni kuombaomba kwake kuwaokoa kwangu, Yeye tayari anataka.

Katika uhusiano wetu na Mungu, tuna mipaka kwamba imeanzisha kwa ajili yetu ambayo kuleta kwake heshima lakini muhimu zaidi kuonyesha kwamba tunampenda. Kusoma Kutoka 20: 1-17, Mungu anasema wazi mipaka yake kwa ajili yetu, hizo amri kumi. Nawaza kuhusu nini tumeitwa kupenda watu, hasa wale ambao ni hatari kwa maisha yetu. Ni wazi, bila upendo, wale ambao huja juu yetu, hawataweza kuona Kristo. Mara nyingi sisi hujisikia kama hatuna sauti ya kuongea kwa wenyewe au uchaguzi katika jambo fulani. Lakini tuna mfano kamili wa uhusiano na mipaka ya afya, upendo na uaminifu.

Katika sura ya Uaminifu, imara msingi wa nini inachukua kuendeleza uhusiano, uaminifu. Tutachukua hatua zaidi na kujifunza jinsi ya kujenga mipaka afya katika mahusiano hayo, wakati kuthamini wetu kujithamini.

SHUGHULI YA UPENDO NA UHUSIANO

Katika kuanzisha mahusiano, inabidi kuweka mipaka ya afya ambayo ni pande kipekee. Bila mipaka hiyo ya afya, sisi tunafungwa kutumiwa na kuendelea kubaki kuvunjwa. Leo tutajifunza jinsi ya kutumia uwezo wetu wa kupata heshima tunastahili na muhimu zaidi, kuthamini thamani yetu.

1. **Utasimama wapi?** Kuchambua wapi kihisia, kimwili, kiakili, na kiroho. Bila msingi wa kuvumiliana ngazi, huwezi kuwa na uwezo wa kuanzisha mipaka ya afya.

2. **Je mahusiano yangu ya awali na ya sasa husema nini kunihusu mimi?** Jinsi sisi tuliongezwa, pamoja na madhara ya unyanyasaji wa kijinsia, kweli seti ya sifa yetu ya sasa siku. Kuchunguza ruwaza niliona katika uhusiano wako na kufikiria kama umekuwa kuweka mwenyewe mwisho.

3. **Unajisikiaje?** Sisi hupuuza bendera nyekundu kwa sababu wao hutufanya kujisikia na wasiwasi juu ya jinsi ya kukabiliana nao. Bendera nyekundu iliumbwa kwa kutulinda sisi kutoka mipaka ambayo huwa shilingi, wala usiwadharau wao.

4. **Je, wewe wasema nini?** Kuhakikisha mipaka yetu haijafungwa, tunasema kile hutufanya kujisikia na wasiwasi. Kuwa waaminifu katika uhusiano wako huleta matokeo ya faida. Bila kuwa waaminifu, utakuwa daima kujisikia kana kwamba wewe umeachwa katika uhusiano wako. Ongea!

5. **Je ni vipi mambo yanaenda?** Kwa kujizingatia mwenyewe katika uhusiano inaonyesha thamani ya wewe ni nani. Pia unaeleza kwamba una uwezo wa zoezi udhibiti wa hali hiyo. Kuchukua muda wa kutafakari juu ya hisia zako na mwingiliano ili kuhakikisha wewe ni kuzingatia uchaguzi wa afya kwa ustawi wako na pia kugundua jinsi gani unaweza kufanya kazi kwa njia sawa mwingiliano katika siku zijazo.

6. **Najihudumiaje mimi mwenyewe?** Uwezo wako kwa heshima jinsi kujisikia katika mahusiano ni ashiria muhimu ya iwapo au wewe ni dhati ya kutumia huduma yako. Kama wewe hujisikia mwenyewe kuteleza katika mipaka yako na daima kuacha kwa faida ya mtu mwingine, wewe hutumia huduma yako mwenyewe. Kuwa ni kweli na mipaka yako na sauti!

7. **Je mimi nafuatilia?** Mipaka yako imeanzishwa na kwa sasa ni nafasi yako kufuata njia na kuhakikisha kuwa mipaka hiyo ulivuka. Kuchukua muda wa heshima kufikisha mipaka yako.

8. **Mimi huchukua juu sana?** Inachukua muda wa kujenga mahusiano mazuri, jaribu kutekeleza mipaka mingi mno kwa wakati mmoja. Kusimamia na kutekeleza mipaka chache wakati huo itawawezesha kufanya mazoezi na kuendeleza mipaka yako na kuimarisha sauti yako.

9. **Ni nani ak okatika kona yangu?** Daima kumbuka una timu ya msaada upande wako! Waite wale ambao hutembea nawe katika safari hii, marafiki, familia, mtaalamu, nk Mazoezi mipaka yako pamoja na kujenga imani yako na wazi kuendeleza sauti yako.

WAKATI NA MUNGU

Kuwapenda wengine kwa nafasi yetu ya faraja ni mbaya. Lakini jambo kubwa juu ya kuwa na Kristo katika maisha yetu ni anatupa mfano kamili wa nini maana ya upendo. Kuendeleza mahusiano ya upendo kwamba kuzungumza na asili ya sisi ni nani kama watu ni lengo la kujenga uhusiano na afya. Kupitia mazoezi, mahusiano na afya yataanza kukulisha wewe kwa njia na mawazo iwezekanavyo, ni kuridhisha sana kwa kusema kuwa mahusiano chanya na mpendwa wao. Lakini uhusiano moja hasa mambo zaidi, uhusiano na Baba yetu. Leo sisi huchukua muda wa kuomba na kufunga kuhusu uhusiano wetu na watu (tafadhali soma ukurasa ii kwa kufunga mwongozo), lakini uhusiano wetu na Mungu:

1. Soma Zaburi 63: 1-8.
2. Omba kuhusu uwezo wako wa heshima kuwa katika uhusiano na Mungu ili aweze kuishi na kusema kupitia wewe. Kuomba kwamba kupitia uhusiano wako pamoja naye, wewe unaweza kupata hekima na ufahamu wa jinsi ya upendo mwenyewe na wengine na uwezo wa kutunga mipaka afya na wale una uhusiano nao.
3. Kufunga na kutafakari muda wako uliotumia na Mungu leo.

NEEMA

JUU YA ASUBUHI

Mimi daima Huweka juu
Katika kila kitu mimi khufanya
Kazi, chuoni, bili
Ok, napenda kuacha
Nimekosa wakati au mbili.

Uchaguzi kuwa kamili
Ni wote nilijua
Kushika maisha yangu kuunganishwa pamoja
Ni chaguo pekee la kuishi.

Kama mimi kuweka katika mstari
Nina udhibiti
Juu ya maisha yangu
Na hakuna mtu kujua.

Dhuluma, uongo, mbinu, na maovu
Nimepata jasiri
Inanipa leseni
Kujenga maisha yangu mwenyewe
Mazuri na katika upatanishi.

Lakini ukweli ni
Sijui nini lakufikiri.

Nimefika mwisho wa kamba yangu
Kwa kila kitu mimi hufanya
Kutoa barafu
Inayoyeyuka
Kama aiskrimu katika jua
Mimi najua kuna matumaini.

Kuishi maisha ya furaha ya uongo
Kwa sababu siwezi tena kushika kasi hii
Bwana nionyeshe jambo hili mimi huendelea kusikia kuhusu,
Eneo la ajabu sana wa neema.

Kitabu

Waebrania 4:16 (NLT)

"Kwa hiyo, acheni kuja kwa ujasiri na kiti cha Mungu wetu mwenye neema. Kisha tutapata huruma yake, na sisi kupata neema yake kutusaidia wakati sisi wanahitaji kuwa wengi."

Tafakari

Wewe kuwa na uchaguzi, kwa lengo la kushinikiza maisha yako kuwa kamili tangu hakuwa na udhibiti wa matumizi mabaya yako. Au unaweza acha Mungu kufanya kazi yake yote peke yake kwa kutoa neema. Kama muumini, tunafundishwa imani. Kuongeza imani yako itaongeza uponyaji wako. Kuongeza imani yako na itaongeza amani yenu. Kwa kweli, hii ni kidogo nyuma. Hatuna haja imani kama waumini kuamsha neema iliyo katika maisha yetu. Neema ni nini? Katika Kamusi ya Webster na katika maandiko (Ezra 9: 8), neema umefafanuliwa kuwa upendeleo usiostahili Mungu kuelekea wanadamu. Uzuri wa neema ni kwamba huwezi kuipata, wote unafanya hivyo kukubali. Je, waligundua kuwa neema ya Mungu limekuwa katika maisha yako mpaka leo hii? Neema yake ilifunuliwa kwangu wakati mimi hatimaye niliweza kumwambia mtu kuhusu matumizi mabaya yangu. Neema yake ikawa kweli kwangu kama kijana na vijana watu wazima wakati nikawa ngono na kushiriki katika tabia hatarishi. Lakini Mungu! Neema ya Mungu inatosha kwa ajili ya maisha yako wakati wewe unakiri orodha ya mambo ya kufanya ili kufanya maisha yako yashughulikiwe na Mungu mwenyewe. Kuruhusu Mungu kwa zoezi neema yake katika maisha yako. Wote Anahitaji wewe kufanya ni kuwa na imani, ambayo itakuwa kuamsha neema yake!

Maombi

Baba, Unajua matatizo Binti yako anakabiliwa kila siku yeye anapoanza kurejesha maisha yake akiwa peke yake. Bwana, Mpe ufahamu wazi wa nini maana ya kukubali neema yako toeni bure kupona akili yake, mwili, na roho. Natumaini wewe umejaa neema na utasaidia juhudi zake za kuamini na kutegemea katika Wewe. Katika jina la Yesu.

Amina!

ANANIFUNDISHA

Imani si kikombe changu cha chai
Lakini kutokana na kuangalia maisha yangu,
Yeye kwa uhakika ni mwalimu wangu.

Njia za kuchukua umiliki wa baadaye wangu pamoja naye
Wakati mwingine ni mapambano,
Lakini ninajua nitashinda.

Nakumbuka nikiketi na kuchukua pumzi
Kumwambia,
"Bwana, sina kitu kimebakI."

Tupu, lakini kamili ya taka hizo
Yeye aliamua kuonyesha mikono yake,
Imejaa neema.

Siwezi kuingia katika burudani yangu
Na kuacha mali yangu yote nyuma,
Bila hofu ya kuhukumiwa.

Katika hili sehemu iitwayo neema
Nina amani ya akili
Ni dhana ya ajabu,
Kwa mwanamke kama mimi.

Kwa shida Mungu
Mimi nitakuwa mjinga kufikiri,
Neema yake haitoshi kutosha.

Shida zangu zote ni kupepesa
Nampenda,
Mimi kamwe mawazo ningependa kuwa hivyo huru.

Yeye ni mwaminifu na wa kweli kwa tabia
Yeye hana tatizo,
Kwa upole wa mafundisho yangu.

Kitabu

Warumi 3:24 (ESV)

"Na ni haki kwa neema yake kama zawadi, kwa njia ya ukombozi ulio katika Kristo Yesu."

Tafakari

Neema ya Mungu ilikuwa kusikilizwa wakati nilikuwa napanda juu katika kanisa. Ilikuwa zaidi hivyo pamoja na mistari ya "neema ya Mungu ilikuwa juu ya maisha yako wakati wewe hulala na John usiku huo na hukupata UKIMWI." Sehemu ya taarifa hii ni kweli. Sehemu ya taarifa hii kwamba ni kweli ni, "hakuwa na kupata UKIMWI" lakini si neema ya Mungu kuokolewa moja kutoka kuambukizwa UKIMWI, ni huruma ya Mungu kwamba kuokolewa moja kutoka kuambukizwa UKIMWI. Neema na huruma mara nyingi kupata mchanganyiko juu, ni damu ya Yesu kwamba anaendelea kupokea adhabu kwa ajili ya dhambi zetu, wakati Neema tuliyopewa kutusaidia kupitia maisha. Neema daima walionekana kana kwamba ni jambo la fumbo wakati mimi nilikuwa katika hali ya hatari. Hii inaweza kuwa mbali zaidi na ukweli. Neema linaloweza kutolewa wakati wewe ni juu ya kazi yako na unahitaji amani na uwazi ili kukamilisha mradi huo unajua chochote kuhusu. Neema inaweza kutolewa kwako wakati una dhambi na huwezi kuonekana kusamehe mwenyewe. Sisi hukosa alama kwa nyakati na kukubali neema ya Mungu isiyo na sababu inaonekana hivyo sio kawaida si kuwa na hatia kwa jambo ambalo ilikuwa na makosa. Lakini kwa kukubali neema, wewe kukiri, 'mimi si kitu bila Wewe, lakini pamoja na Wewe mimi ni kila kitu.' Ni vigumu kupata mimba kwamba kuna kitu tuliyopewa bila kufanya kazi kwa ajili yake. Hiyo ni uzuri wa Kristo, neema ni zawadi ya bure anatupa, ambayo mabadiliko katika maisha yetu.

Maombi

Mungu sisi huru mbele wakati mwingine wa kweli yale mambo katika maisha na mara nyingi tunahitaji Wewe kutuchukua sisi juu na kutufundisha. Sisi twaufungua mioyo yetu na Wewe sasa hivi kwa maana ya kukubali zawadi ya neema. Huru maisha yetu ya machafuko na kukubali amani itokayo katika neema yako. Utufundishe mapenzi ya njia zako kama sisi kukubali neema yako kuu juu ya njia zetu za uponyaji. Ni katika jina Mwana wako tunaomba.

Amina!

ITABIDI KUCHUKUA!

Viatu, nguo, likizo, fedha
Nijisikie kubwa wakati mimi awali hununua.
Wanazidi katika viatu vyangu
Wakati nabembelezwa duka kupata.
Natabasamu kwa sababu mimi nakaa kama pesa
Lakini fedha imehifadhiwa kwenye mfuko wangu
Ambayo ni kweli tupu kwa sababu ya 'baraka' Nimeegeza tu

Mungu amenionyesha neema linapokuja suala la mambo haya
Lakini mimi mara nyingi ajabu
Kama mambo haya akaenda katika moto kesho
Nimetaka chochote kushoto?
Je, chuma ngumu fedha yangu kurudi nyuma katika nafasi ya mali yangu?

"Neema, unapaswa kuchagua."

Baada ya kusema wazi
Mawazo yalianza kukimbilia kichwa changu
Kamwe bila mimi kukubali kweli
Kama Sikusikia sauti yake.

Hakuna kitu kubadilishwa maono yako na ujumbe kwa ajili yangu
Neema yako ni kwa ajili yangu kubeba kwa njia ya maisha.
Mimi vibaya kwenye jozi ya viatu
Lakini Wewe bado ni neema
Wote kufanya ni upole nionyeshe Wewe.

John 1:16 (NLT)

"Kutokana na wingi wake, sisi sote tumepokea neema moja baraka baada ya mwingine."

Tafakari

Ni mara ngapi sisi husema ni neema ya Mungu? Mimi itabidi niinue mkono wangu! Mimi kuchanganyikiwa na uzembe wangu au zaidi ya matumizi ya baraka Amenipa, kupitia kazi yangu, kama neema na neema. Lakini Mungu ni mwenye neema, Yeye hutubeba sisi kwa njia ngumu yetu na yetu 'ujinga ni neema' nyakati na bado kubarikiwa! Alinifundisha somo, kuchukua neema yeye ni kunipa katika nyakati hizo uzembe na kuomba ni kwa maeneo ambayo yeye anatarajia mimi kuzalisha katika, kufanya kazi kwa Uingereza. Grace si udhuru kwa kuendelea na njia tumekuwa kutembea, lakini nafasi ya kukiri makosa yetu na kufanya marekebisho katika siku zijazo.

Maombi

Mungu, upendo wako kwa ajili yetu ni hivyo nguvu, wakati bado tupo katika nje fujo, Wewe kupanua sisi neema kama sisi kuamka na Wewe. Twakuheshima Wewe kwa kuwa mfano kamili wa nini maana ya kuishi bila ukomo. Ni neema yako sisi hubeba skila siku na sisi huomba kwamba ungependa kulainisha vipaumbele vyetu ili kuendeleza ajenda yako ya kukua kwa Uingereza. Katika jina la Yesu.

Amina!

NITEGEMEE

Ndege waimba
Mabasi yapita
Machozi yamwagika
Roho yangu ni kamili ya matumaini
Hata hivyo sina kitu kimesalia nikupe.

Mimi kuchagua kuishi
Kwa maana Mungu sijawahi kuona
Lakini waliona na kusikia
Uwezo wangu kufanya maisha ya kazi yangu
Kitu nataka kufanya.

Kuweka katika dimbwi la machozi
Mimi kugeuza kichwa yangu
Yeye ananinogonezea kwangu,
"Nina neema yote
Unayohitaji milele."

Mimi pia mchanga
Majibu yangu ni mafupi.

Mimi karibu na macho yangu
Naye kanifagia katika maono.
Ni wakati wa kuangalia
Watoto wake thamani.

Nafungua macho yangu
Naye kaacha kwangu kuwa
"Mungu, sina jambo lilosalia
Anasema, "mpenzi, nitegemee."

Isaya 40:29 (NLT)

"Yeye hutoa nguvu kwa wanyonge na nguvu kwa nguvu."

Tafakari

Nilihisi tupu. Maisha yangu na kila mtu ndani yake ilikuwa ni kubwa mno. Bili, marafiki, safari, familia, kazi, miradi, na mwisho lakini si uchache mimi kazi ya uponyaji kuvunjwa sana. Ilikuwa tu sana. Siwezi kufanya hivyo wote. Kama jambo la kweli, sikuweza kufanya chochote wakati wote. Mimi Niliondoa YOTEmikononi mwa Mungu kwa Yeye na hoja kulingana na mapenzi yake kwa manufaa yangu. Je, umewahi kusikia msemo, "Je, nini unaweza kuacha mengine yote kwa Mungu?" Mimi si kama kwamba maneno, natoa ukweli uongo kwamba tuna uwezo wa kufanya zaidi ya mambo tunaweza kufanya katika maisha yetu na kisha wakati hatuwezi kufikiri wengine nje, sisi kumpa Mungu yetu yote kwa aina kupitia. Hiyo ni kama tusi kwake. Yeye tamaa ya kuwa na kila kitu wetu katika kila hali. Nasema, "Sema ukweli Mungu kila kitu na kusubiri kwa mafundisho." Mungu ni hapa kurekebisha kila nyanja minuet ya maisha yetu, hata mambo hatuwezi kufikiria. Wewe ni roboti. Kubali neema ya Mungu ipumzike ndani yako na kumwamini hoja kwa niaba yako.

Maombi

Asante Bwana kwa siku zote kuwa pale kwa ajili yetu. Hata wakati hatuwezi kufikiri tunakuhitaji Wewe. Sisi twakubali neema kupumzika katika Wewe na kukuruhusu Wewe kuwa Mungu katika maisha yetu. Kuchukua katika kaya zetu, ndoa zetu, fedha zetu, hisia zetu, na muhimu zaidi, uponyaji wetu. Tunaamini hakuna Mungu kama wewe ambaye hana wasiwasi kuhusu ombi letu ndogo. Tunakushukuru Sasa kwa nafasi ya kupumzika kwa kila undani wa maisha yetu. Katika jina la Yesu.

Amina!

JAMBO MOJA TU

Mimi taabu na tabasamu
Kujaribu kutambua
Kuna jambo moja tu
Ambayo itakupa wewe furaha.

Kutokuwa na hatia ya mtoto
Mbio kwako
Wakiwa na furaha kama
Kila siku.

Mimi hushika Wewe katika kidogo cha moyo wangu
Hakuna kitu kama
Busu lako mwenyewe
Baada ya siku ndefu ya kazi.

"Ndiyo baba" na "Ndiyo Mkubwa"
Inaonyesha heshima yangu kwako
Kuna jambo moja tu kwamba
Miongoni mwa mambo mengine mengi
Na hiyo ndiyo tu,
Kuishi maisha yangu kwa ajili yako.

Kitabu

Mathayo 6:33 (NLT)

"Mtafuteni Utawala wa Mungu juu ya yote, na kuishi maisha ya haki, naye nitakupa kila kitu unahitaji."

Tafakari

Sisi hufanya maisha magumu kwa nyakati na mimi hivyo na hatia ya hii. Sisi hufikiri kazi yetu njia, njia yetu ya kifedha, njia yetu ya kustaafu, kusafiri kwetu, na njia nyingine nyingi, kwamba sisi husahau njia namba moja tunatakiwa safari . Njia ya Kristo. Tunapaswa kuishi maisha yetu kwa kujitolea vile na Pongezi kwa Kristo katika kila njia sisi kusafiri katika maisha, kuna haja ya kuwa hakuna suala la mwelekeo wetu. Ni rahisi sana na yanayoonekana 'zawadi' njia kama lengo letu siku hadi siku. Lakini njia yetu ya kweli na tu ni njia ya Kristo, ni nini hushika maisha yetu ya bure kutokana na maumivu na wingi katika baraka.

Maombi

Kutembea Huku kunaonekana hivyo bure Bwana. Wakati mwingine hatujui nani au wapi pa kwenda, au ambao kuwa, lakini kuna mambo mengi Unahifadhi kwa ajili yetu. Kudhihirisha kuwa ni sisi Baba. Ninakuuliza Wewe sasa hivi, katika jina la Yesu, utukumbushe kila siku lengo namba moja kwa maisha yetu, kuishi kwa ajili yako. Kutushika sisi salama tunapokuvuka njia na pepo wa utambuzi na usio wa kawaida ambayo inaweza kutuzuia sisi kuwa hai kwa ajili yako. Asante mapema kwa ajili ya ujasiri wa kuwa wako chombo hai. Katika jina la Yesu.

Amina!

GRACE SHUGHULI LA NEEMA

Hakuna wakati unaendelea na kwamba Baba yenu hataki kupanua neema yake kwa ajili yenu. Siku zote sisi hupigana na uwezo wa 'kuwa Mkristo' au 'kusamehe wengine' kwa sababu ya kuwa na sheria muda mrefu tulikuwa tunafundishwa na kanuni kwamba kama sisi tumeshindwa kufuata, sisi si kupendeza Mungu. Hata hivyo ni kwa neema tunaokolewa, kufanikiwa, kutii na kuishi. Katika 2 Petro 1: 2-3 (NIV), Peter anaandika, "Neema na amani itakuwa yenu kwa wingi katika kumjua Mungu na Yesu Bwana wetu. Uwezo wake Mungu ametupa kila kitu tunahitaji kwa maisha ya utauwa kwa kumjua yeye aliyetuita kwa utukufu wake na wema wake. "

Ni kwa njia ya neema tunaokolewa kwa damu ya Mwanakondoo. Ni kwa neema tunapata baraka zetu kutoka kwa Mungu. Ni kwa njia ya neema tutakuwa na moyo wa kutii na kumfuata Mungu. Ni kwa njia ya neema tunaishi maisha njia ya Mungu lengo sisi kuishi. Ni kwa kupitia neema unaweza kuendelea na njia zako za uponyaji. Umepewa upatikanaji wa ufalme kuishi kama aliyenusurika kwa nguvu za Mungu na neema ya Mungu.

GRACE SHUGHULI LA NEEMA

Katika shughuli ya leo, tutakuwa na wakati mdogo wa kusoma na mazoezi, lakini nina uhakika utakuwa na uwezo wa kuelewa neema ya Mungu wetu mwenye upendo mara moja . Kabla ya kuingia kwa shughuli zetu, fikiria kitu ambacho ni ya chini katika gharama, $ 10.00 au chini, ambayo itakuwa malipo au kutibu wewe. Umeipata katika akili yako? Sawa sawa. Hebu tupate kuanza!

Katika zoezi hili kukamilisha yafuatayo katika sekunde 30 au chini. Mara baada ya kukamilisha shughuli zetu leo katika muda uliopangwa maalum, kichwa nje na kununua kutibu yako kuwa ni malipo kwa kufanya kazi kubwa. Tayari? TWENDE!

1. Kamba 50 za kuruka

2. Mpigie rafiki simu na kumwaambia unampenda

3. Soma vitabu vya Biblia kutoka nyuma

4. Je, umemaliza katika muda? Kuchukua muda wa kusoma

   1 Timotheo 1: 12-17.

Ilikuwa ni vigumu kabisa kukamilisha shughuli ya leo sawa? Hakuna njia wewe ungefanya yote katika sekunde 30! Lakini mara nyingi sisi hujishinikiza wenyewe kuwa kamili na wakati tunashindwa malengo hayo, sisi hujipiga wenyewe. Kwa njia hiyo hiyo, haiwezekani kuishi kwa viwango kwamba Mungu alivyoainishwa katika Neno lake. Lakini ni kwa njia ya neema yake, Yeye hutupanuliwa sisi huruma (Warumi 6:23) hivyo hatuna kulipia mapungufu yetu kwa sababu Baba alimtuma Yesu kulipia kila moja ya mwisho wao. Sasa kwa kuwa wewe kuelewa upendo, neema na huruma ya Baba yetu, unirehemu mwenyewe na kwenda nje na kununua kutibu yako! Baada ya yote, hata wakati wewe kupungukiwa, ni yale ambayo Baba yako atafanya.

WAKATI NA MUNGU

Neema ni kifuniko unataka kuishi chini yake milele. Hakuna kitu wewe au mtu mwingine yeyote anaweza kufanya kuchukua mbali nawe. Lakini ni rahisi kupuuza kama huna kuelewa nguvu zake. Kama sisi tunatumia inahitajika sana wakati na Baba yetu leo kuomba na kufunga (tafadhali soma ukurasa ii kwa kufunga mwongozo), kumbuka neema na huruma ya Mungu hupanuliwa kwa muda mrefu uliopita, bado ni kusubiri kufunguliwa na itatumika, hivyo unaweza kutembea katika uhuru na upendo juu ya Njia yako ya uponyaji:

1. Soma Warumi 3:20-24.

2. Omba na kumuuliza Mungu kuwaonyesha maeneo katika maisha yako ambapo unahitaji kukubali neema yake. Kumwomba kukupa akili upya linapokuja suala la kutambua neema yake na kupanua neema hiyo kwa wengine.

3. Kufunga na kutafakari muda wako uliotumia na Mungu leo.

Safari yetu ya njia ya uponyaji imefika mwisho. Kumekuwa na milima na kumekuwa na mabonde unapotembea kuelekea uponyaji. Naomba katika kipindi cha ujio wa siku, miezi na miaka, ufunuo uliyopewa juu ya safari hii umechukua. Kwa maisha haya safari ndefu inaendelea, daima kumbuka una mtu anaomba kwa ajili yenu, una nguvu kuliko unavyofikiri na Baba yenu atakuongoza wewe.

Asante kwa kuniamini mimi kukubeba wewe kwa njia ya safari hii. Hadi wakati mwingine, kuwa nzuri!

Kimberly R. Mayes, MSW

REJEA

D'Agostino, H., Etcoff, N., Orbach, S., & Scott, J. (2004) "Real Ukweli Kuhusu Beauty: Ripoti Global. Matokeo ya Utafiti wa Kimataifa wa Wanawake, Vifaa na ustawi. "Njiwa Utafiti, 4, 1-48.

Merriam-Webster Dictionary 2013

Zawadi kiroho Dodoso: www.gifts.churchgrowth.org

www.ingramcontent.com/pod-product-compliance
Lightning Source LLC
LaVergne TN
LVHW041224080426
835508LV00011B/1068